NHỮNG
CÔNG CỤ THIẾT YẾU
CỦA ÂN ĐIỂN

PAUL DAVID WASHER

Tiên
PHONG

Reformation Heritage Books

2965 Leonard St. NE

Grand Rapis, MI 49525

616-977-0889

orders@heritagebooks.org

www.heritagebooks.org

Bản tiếng Anh được xuất bản tại Mỹ

Bản tiếng Việt được xuất bản tại Việt Nam

Mục vụ Tiên Phong được sự cho phép của Reformation Heritage Books để chuyển ngữ và xuất bản quyển sách Công cụ thiết yếu của ân điển của tác giả Paul Washer sang tiếng Việt. Mọi thắc mắc và câu hỏi xin gửi về địa chỉ info@tienphong.org.

Dịch giả: Daniel Doan

Thiết kế bìa: Mục vụ Tiên Phong

Các câu Kinh Thánh sử dụng trong quyển sách nầy được trích từ Bản dịch Truyền Thống 1926 và Bản dịch Truyền Thống Hiệu Đính 2010 theo sự cho phép của Thánh Kinh Hội.

MỤC LỤC

1

Những công cụ của ân điển

Bạn có buồn khi sự tăng trưởng thuộc linh bị suy giảm không? Bạn có muốn được trở nên giống như Đấng Christ chăng? Nếu bạn trả lời một cách quả quyết, thì quyển sách nầy dành cho bạn. Tuy nhiên, bạn cần biết là sẽ không có câu trả lời dễ dãi hoặc giải pháp chữa cháy nào cả cho đời sống thuộc linh của bạn qua tài liệu nầy, bạn cũng chẳng tìm được điều gì mới mẻ đâu. Bạn sẽ chỉ tìm thấy một toa thuốc lâu đời cho vấn đề lâu đời mà thôi. Một toa thuốc khó chịu sẽ được kê ra cho bạn mà hầu hết đều bỏ qua để tìm kiếm thần dược khác thoải mái hơn. Tuy nhiên, nếu bạn đã quá mệt mỏi với việc mắc bệnh, nếu bạn đã lang thang đủ lâu ở dưới chân núi và sẵn sàng chinh phục đoạn đường khó khăn lên đỉnh núi, thì tài liệu nầy sẽ hữu ích cho bạn – có vài công cụ sẽ giúp bạn tăng trưởng hơn tình trạng hiện tại của mình!

Có một cụm từ thần học rất quan trọng trong tiếng La-tinh mà Cơ Đốc nhân dù nói bất kỳ ngôn ngữ nào cũng phải biết và áp dụng vào đời sống của mình. Cụm từ đó là *media gratia*, còn tiếng Việt dịch là *công cụ của ân điển*. Hàng thế kỷ qua, Hội thánh đã vận dụng cụm từ nầy để mô tả những công cụ hay món quà mà Đức Chúa Jêsus Christ đã ban cho Hội thánh để tăng trưởng trong sự nên thánh hay sự thánh khiết. Những công cụ đáng chú ý và cần thiết nhất là: học Kinh Thánh, hết lòng cầu nguyện và dự phần vào sinh hoạt lẫn mục vụ của Hội thánh địa phương. Những công cụ nầy *không phải là việc làm* để được cứu rỗi, nhưng là những món quà mà Đức Chúa Trời đã ban cho người tin Chúa để lớn lên trong sự cứu rỗi, họ đã nhận được những món quà ấy chỉ bởi ân điển nhờ đức tin nơi Đức Chúa Jêsus Christ mà thôi. Sứ đồ Phao-lô viết rằng: "Vả, ấy là nhờ ân điển, bởi đức tin, mà anh em được cứu, điều đó không phải đến từ anh em, bèn là sự ban cho của Đức Chúa Trời. Ấy chẳng phải bởi việc làm đâu, hầu cho không ai khoe mình" (Ê-phê-sô 2:8-9).

Kinh Thánh chứng minh hết lần nầy đến lần khác rằng sự cứu rỗi là *duy thần tái sinh* [monergistic] – tức là việc làm của một người. Đức Chúa Trời là tác giả và là Đấng làm ra sự cứu rỗi của chúng ta, còn chúng ta là mục tiêu cho công tác cứu rỗi của Ngài. Tuy nhiên, Kinh Thánh cũng đồng thời nhấn mạnh rằng sự nên thánh của chúng ta là *sự đồng tác* [synergistic] – tức là việc làm chung của hai hay nhiều người. Điều nầy được mô tả rất hay trong lời khuyên dỗ của sứ đồ Phao-lô gửi cho Hội thánh tại Phi-líp: "Ấy vậy, hỡi những kẻ rất yêu dấu của tôi, như anh em đã vâng lời luôn luôn, chẳng những khi tôi có mặt mà thôi, lại bây giờ là lúc tôi vắng mặt, hãy càng hơn nữa, mà lấy lòng sợ sệt run rẩy làm nên sự cứu chuộc mình. Vì ấy chính Đức Chúa Trời cảm động lòng anh em vừa muốn vừa làm theo ý tốt Ngài" (Phi-líp 2:12-13).

Hãy để ý đến sự cân bằng rất hoàn hảo trong câu Kinh Thánh trên. Vì Đức Chúa Trời là Đấng hành động ở trong lòng để chúng ta vừa muốn vừa làm theo ý tốt của Ngài, thì chúng ta cũng phải làm nên sự cứu chuộc của mình bằng lòng sợ sệt và run rẩy – tức là bằng sự kính sợ Đức Chúa Trời và sự nghiêm túc nhất đối với công tác nầy. Cơ Đốc giáo theo Kinh Thánh không chứa chấp sự hờ hững, thiếu kỷ luật, hay thái độ "tới đâu Chúa lo tới đó".

Để hiểu cặn kẽ cụm từ *media gratiae*, chúng ta có thể thêm tính từ *ordinarious* trong tiếng La-tinh, hay là từ thông thường vào. Media gratiae ám chỉ đến những công cụ thông thường của ân điển, hay là đường lối quen thuộc mà Đức Chúa Trời đã truyền dạy, để Cơ Đốc nhân trở nên giống như Đấng Christ. Chúng ta đang sống trong thời đại mà tín hữu Hội thánh mong chờ sự phi thường xảy ra – một sự vận hành của Đức Thánh Linh sẽ giải quyết hết những nan đề thuộc linh trong tích tắc mà chúng ta không phải đổ mồ hôi hay trả giá gì cả. Mặc dù sự phấn hưng rất phi thường ấy có thể xảy ra và cũng là một mong ước tốt đẹp, nhưng đó không phải là công cụ thông thường mà Đức Chúa Trời dùng để tăng trưởng Hội thánh của Ngài. Mong ước một sự phi thường nào đó không nên khiến chúng ta từ bỏ những công cụ thông thường mà Đức Chúa Trời đã ban cho để giúp chúng ta lớn lên. Thật thế, Đức Chúa Trời sẽ không làm việc phi thường nào cả cho đến khi dân sự của Ngài đã tận dụng hết những công cụ thông thường mà chính Ngài đã ban cho họ.

Nói như trên đây, dường như Hội thánh ngày nay, hay là

mỗi Cơ Đốc nhân, chưa hoàn toàn tận dụng hết những công cụ thông thường của ân điển – có nghĩa là chúng ta đã học hết những gì Kinh Thánh muốn nói chưa? Chúng ta đã nhờ cậy tất cả lời hứa khi cầu nguyện chưa? Mối liên hệ của chúng ta với Đức Chúa Cha, Đức Chúa Con và Đức Thánh Linh có đủ mật thiết đến nỗi không thể mật thiết hơn nữa chăng? Hay là chúng ta đã gặt hái được những ích lợi trong mối thông công với Hội thánh địa phương chưa? Nhiều khi chúng ta cũng chẳng biết, hoặc thiếu để ý, thậm chí còn lười biếng, trước những công cụ thông thường mà cần thiết của ân điển có phải không? Chúng ta phải cẩn thận không nên khinh dể ngày của những điều nhỏ mọn (Xa-cha-ri 4:10). Thật vậy, Chúa Jêsus đã dạy rằng: "Hãy cẩn thận về điều mình nghe. Người ta sẽ đong cho các ngươi bằng lường các ngươi đã đong cho, và thêm vào đó nữa" (Mác 4:24). Ngài còn phán rằng: "Ai trung tín trong việc rất nhỏ, cũng trung tín trong việc lớn" (Lu-ca 4:24). Người nào tin Chúa mà khinh dể sự thông thường sẽ hiếm khi chứng kiến một sự phi thường nào xảy ra!

Mặc dù cụm từ *media gratiae* gần như không được nhiều người Tin lành ngày nay biết đến, ấy chỉ vì chúng ta không biết nhiều sự thật về lịch sử của Cơ Đốc giáo theo Kinh Thánh đã từng củng cố và thanh tẩy Hội thánh của Đấng Christ. Đã từng có thời điểm cụm từ *media gratiae* hay *"công cụ của ân điển"* là một phần trong từ vựng của Cơ Đốc nhân. Điều nầy được chứng minh bởi câu hỏi thứ 88 trong Giáo lý Vấn đáp Westminster đã được dùng để dạy các em thiếu nhi và người mới tin Chúa về những điều căn bản trong Cơ Đốc giáo:

Câu hỏi: Đấng Christ thường dùng những công cụ

nào để truyền dạy chúng ta biết ích lợi của sự cứu rỗi?

Trả lời: Những công cụ thông thường mà Đấng Christ dùng để truyền dạy chúng ta biết những ích lợi của sự cứu rỗi là: điều răn của Ngài, đặc biệt là Lời Chúa, các nghi lễ, và sự cầu nguyện;[1] tất cả đều mang đến ích lợi cho người được cứu rỗi.[2]

Điều quan trọng nữa cần lưu ý đó là việc nhấn mạnh hay ưu tiên những "công cụ của ân điển" không bị giới hạn trong hệ phái Trưởng lão hay được làm cách nghiêm ngặt trong các Hội thánh Cải chánh, nhưng điều nầy được các nhà Báp-tít hay các nhà Tin lành khác dạy dỗ rất rộng rãi. Câu hỏi thứ 95 trong Giáo lý Vấn đáp của Báp-tít, được một nhà Báp-tít nổi tiếng tên là Benjamin Keach (1640 – 1704) viết ra, bám sát từng chữ trong phần định nghĩa của Giáo lý Vấn đáp Westminster về những công cụ của ân điển.

Chúng ta đang sống trong thời đại có quá nhiều người tin Chúa chân thành đến nỗi chỉ dựa dẫm vào những diễn giả trên mạng, các bài viết ảo, các dòng trạng thái, và những đoạn trích dẫn. Mặc dù có những điều hữu ích, nhưng không gì thay thế được những công cụ đơn sơ nhưng hiệu quả mà Chúa đã ban

---

[1] "Vậy, hãy đi dạy dỗ muôn dân, hãy nhân danh Đức Cha, Đức Con, và Đức Thánh Linh mà làm phép báp-têm cho họ, và dạy họ giữ hết cả mọi điều mà ta đã truyền cho các ngươi. Và nầy, ta thường ở cùng các ngươi luôn cho đến tận thế" (Ma-thi-ơ 28:19-20).

[2] Vậy, những kẻ nhận lời đó đều chịu phép báp-têm; và trong ngày ấy, có độ ba ngàn người thêm vào Hội thánh. Và, những người ấy bền lòng giữ lời dạy của các sứ đồ, sự thông công của anh em, lễ bẻ bánh, và sự cầu nguyện. Ngày nào cũng vậy, cứ chăm chỉ đến đền thờ; còn ở nhà, thì bẻ bánh và dùng bữa chung với nhau cách vui vẻ thật thà, ngợi khen Đức Chúa Trời và được đẹp lòng cả dân chúng. Mỗi ngày Chúa lấy những kẻ được cứu thêm vào Hội thánh (Công-vụ 2:41-42, 46-47).

[3] Đức Giê-hô-va phán như vầy: Hãy đứng trên các đường cái và nhìn xem; tra xét những đường lối cũ, xem thử đường tốt ở đâu: Hãy đi đường ấy, thì các ngươi sẽ được sự an nghỉ cho linh hồn mình. Nhưng chúng nó đáp rằng: Chúng tôi không khứng đi đường ấy (Giê-rê-mi 6:16).

cho dân sự của Ngài để tăng trưởng. Chúng ta cần phải cất bước theo đường lối lâu đời trong Kinh Thánh, là con đường mà những người nam và người nữ trung tín đã đi trước chúng ta. Trong các trang tiếp theo, chúng ta sẽ xem xét thật nhanh ba công cụ thông thường của ân điển mà Đức Chúa Trời đã ban cho mỗi Cơ Đốc nhân và toàn thể Hội thánh, để đẩy mạnh sự tin kính muốn được nên giống như Đấng Christ là: Kinh Thánh, sự cầu nguyện, mục vụ và nghi lễ trong Hội thánh địa phương.

Câu hỏi suy gẫm:

1. Ý nghĩa của cụm từ media gratiae trong tiếng La-tinh là gì?

2. Hãy xác định những công cụ của ân điển được liệt kê trong chương nầy?

3. Tại sao những công cụ của ân điển thường ám chỉ là những công cụ *thông thường* của ân điển?

4. Khinh dể sự thông thường mà mong ước sự phi thường sẽ gặp phải những nguy hiểm gì?

5. Hãy giải thích ý nghĩa và ngụ ý từ câu hỏi thứ 88 trong Giáo lý Vấn đáp Westminster.

2

Kinh Thánh

Sau phần giới thiệu ngắn gọn về các công cụ của ân điển thì bây giờ chúng ta sẽ xét đến công cụ đầu tiên và trước hết — sự nghiên cứu và giảng giải Kinh Thánh. Ngoài Ba Ngôi Đức Chúa Trời ra, thì món quà vĩ đại và tuyệt đối cần thiết mà Chúa đã ban cho Hội thánh là Kinh Thánh. Không có chân lý nào khác có thể nói lên thân vị, điều răn, công việc, ý muốn và lời hứa của Đức Chúa Trời ngoài Kinh Thánh. Trong thư gửi cho người đồng lao là Ti-mô-thê, sứ đồ Phao-lô khẳng định cách mạnh mẽ về lẽ thật nầy là: "Cả Kinh thánh đều là bởi Đức Chúa Trời soi dẫn. Có ích cho sự dạy dỗ, bẻ trách, sửa trị, dạy người trong sự công bình, hầu cho người thuộc về Đức Chúa Trời được trọn vẹn và sắm sẵn để làm mọi việc lành" (2 Ti-mô-thê 3:16-17).

Mặc dù Kinh Thánh không cần sự thẩm định từ loài người, nhưng vì cớ chúng ta nên cần phải khẳng định Kinh Thánh được Đức Chúa Trời hà hơi, không sai sót và tuyệt đối cần thiết đối với Hội thánh chính thống suốt nhiều thế kỷ đã qua cho đến nay. Giáo lý Vấn đáp Westminster và Bài Tín điều của Giáo hội Báp-tít tại Luân-Đôn năm 1689 đã tuyên bố rằng:

> Kinh Thánh là quyển sách không sai, chính xác và đầy đủ duy nhất trong tất cả kiến thức, niềm tin và sự vâng lời còn được lưu truyền . . . Để gìn giữ và phổ biến lẽ thật tốt hơn và cũng để thành lập, an ủi Hội thánh một cách chắc chắn hơn trước sự suy đồi của xác thịt, dã tâm của quỷ Sa-tan và thế gian, Chúa đã bày tỏ sự mặc khải nầy bằng văn tự. Do đó, Kinh Thánh là hoàn toàn cần thiết, bởi vì Đức Chúa Trời không còn bày tỏ ý muốn của Ngài cho dân sự theo cách trước đây nữa.[1]

Nếu chúng ta chần chừ trong việc khẳng định sự thần cảm, tính không sai, hay tính đầy đủ của Kinh Thánh, thì một nền tảng chắc chắn cho đời sống Cơ Đốc sẽ luôn ở xa tầm với của chúng ta. Chúng ta sẽ bị "day động và dời đổi theo chiều gió của đạo lạc" (Ê-phê-sô 4:14). Chúng ta sẽ bị cầm buộc trong tư tưởng, cảm xúc và động cơ lệch lạc không có chủ đích. Chúng ta sẽ bị quấy rầy bởi một niềm hy vọng mông lung, tính tình khó đoán, đạo đức kém cỏi.

Học Kinh Thánh

Khi Chúa Jêsus bị cám dỗ trong đồng vắng, Ngài đã khẳng định sự tuyệt đối cần thiết của Kinh Thánh trong đời sống của

---

[1] Tín điều Báp-tít năm 1698 bằng tiếng Anh hiện đại (Cape Coral, Fla.: Founders Press, 2017), 1.1 Xem thêm Tín điều Westminster 1.1.

người tin Chúa khi Ngài phán rằng: "Có lời chép rằng: Người ta sống chẳng phải chỉ nhờ bánh mà thôi, song nhờ mọi lời nói ra từ miệng Đức Chúa Trời" (Ma-thi-ơ 4:4). Ngay chỗ nầy, chúng ta thấy mình phải ăn nuốt Lời Chúa để nuôi dưỡng đời sống thuộc linh bằng thái độ chăm chỉ cao nhất, giống như cách chúng ta ăn uống thực phẩm để nuôi cơ thể mỗi ngày. Kinh Thánh là một quyển sách được thần cảm, nhưng không phải là quyển sách ma thuật. Từ ngữ và lẽ thật ở trong Kinh Thánh sẽ không tự nhiên lọt vào tấm lòng và tâm trí của chúng ta đâu. Để có được ích lợi từ Kinh Thánh, chúng ta phải học Kinh Thánh một cách chăm chỉ. Sứ đồ Phao-lô đã viết cho Ti-mô-thê rằng: "Hãy chuyên tâm cho được đẹp lòng Đức Chúa Trời như người làm công không chỗ trách được, lấy lòng ngay thẳng giảng dạy lời của lẽ thật" (2 Ti-mô-thê 2:15). Rồi lại nói nữa rằng: "Hãy chăm chỉ đọc sách, khuyên bảo, dạy dỗ, cho đến chừng ta đến . . . Hãy săn sóc chuyên lo những việc đó, hầu cho thiên hạ thấy sự tấn tới của con" (1 Ti-mô-thê 4:13-15).

Mặc dù đúng là sứ đồ Phao-lô đang khuyên lơn một người đã được phong chức, nhưng lời khuyên dỗ của ông lại có hướng áp dụng rộng rãi và bao quát đến từng người tin Chúa. Một đức tin theo Kinh Thánh, được Cải chánh và theo trường phái Tin lành, kêu gọi mỗi người tin Chúa – từ thánh đồ trưởng thành nhất cho đến người mới tin Chúa gần đây nhất – phải học, hiểu và áp dụng Kinh Thánh. Khi Chúa Jêsus phán rằng: "Người ta sống chẳng phải chỉ nhờ bánh mà thôi, song nhờ mọi lời nói ra từ miệng Đức Chúa Trời" (Ma-thi-ơ 4:4), thì Ngài đã nghĩ đến từng người ở trong tâm trí của mình. Vậy Ngài còn nghĩ đến những người thuộc về nhà Đức Chúa Trời bao nhiêu nữa!

Nếu chúng ta vẫn chưa bị thuyết phục và kết ước học Kinh Thánh một cách cá nhân, thật chăm chỉ và bền đỗ, thì những gì còn lại trong quyển sách nầy chẳng đem lại ích lợi bao nhiêu đâu. Hành trình trở thành Cơ Đốc nhân trưởng thành của chúng ta đều tùy thuộc vào kiến thức của chúng ta về thân vị, điều răn, công tác, ý muốn và lời hứa của Đức Chúa Trời. Sự hiểu biết nầy không thể có được nếu người đó không chăm chỉ học Kinh Thánh, bền đỗ với sự giải Kinh, và thông công với một Hội thánh thực sự theo Kinh Thánh. Nếu chúng ta coi thường nền tảng nầy, chúng ta không có mấy hy vọng để tấn tới trong sự thông biết Chúa hay là lớn lên trong ý muốn Chúa đâu.

Cho dù chúng ta là người mới tin Chúa hay là một thánh đồ lâu năm đi nữa, thì công cụ tốt nhất để lớn lên trong sự thông biết Chúa đơn giản là đọc Kinh Thánh từ Sáng thế ký đến Khải huyền hết lần nầy đến lần khác như là một *thói quen mỗi ngày trong đời sống*. Đối với người đã được tấn phong, tôi học Kinh Thánh nhiều giờ mỗi ngày, nhưng tôi vẫn không thấy điều gì có thể thay thế việc đọc Kinh Thánh mỗi ngày. Do đó, tôi đưa ra một đề nghị đã rất có ích đối với tôi cho hết thảy chúng ta. Hãy biệt riêng thì giờ đọc xuyên suốt Kinh Thánh mỗi ngày. Đừng vội vàng hay tỏ ra khó chịu nếu chúng ta đọc chậm. Có vài chỗ trong Kinh Thánh cho phép chúng ta đọc nhanh hơn những phần khác. Có ngày chúng ta sẽ đọc từ ba đến năm đoạn. Còn những ngày khác chúng ta chỉ đọc được một đoạn. Mục tiêu là ham thích đọc Kinh Thánh, tôi chân thành gợi ý chúng ta nên có một quyển Kinh Thánh dùng để nghiên cứu nhằm tìm kiếm thông tin thật nhanh chóng. Quyển Kinh Thánh ấy sẽ giúp chúng ta xác định những phạm trù và cụm từ khó hiểu, giữ chúng ta đi theo dòng lịch sử Cơ Đốc giáo. Có bốn quyển Kinh Thánh nghiên cứu mà tôi thấy hữu ích là Reformation Heritage Study Bible, Reformation Study Bible, ESV Study Bible và MacArthur Study Bible.[2]

Khi chúng ta đọc xuyên suốt Kinh Thánh, chúng ta sẽ bắt gặp rất nhiều bản văn quan trọng hay cơ bản về những chân lý thần học vĩ đại và các bản văn khác sẽ có vai trò đặc biệt cho hoàn cảnh và nhu cầu cá nhân của chúng ta. Những điều nầy cần phải được ghi nhớ. Dù có rất nhiều phương pháp để học thuộc lòng Kinh Thánh, tất cả đều có một điểm chung – chăm chỉ và bền đỗ! Chúng ta thường nghĩ rằng Cơ Đốc nhân khác trội hơn về mặt kỷ luật thuộc linh vì họ có tài năng, khả năng, hay tính cách. Họ trội hơn vì họ làm điều đó tự nhiên hơn chúng ta. Tuy nhiên, tôi thấy hầu hết nhận định như thế là không đúng. Cho dù vài người có cái đầu sắc sảo để ghi nhớ Kinh Thánh nhiều hơn người khác, họ trội hơn vì họ biết được ích lợi to lớn của việc giấu Lời Chúa ở trong lòng và họ sẵn sàng thực hiện điều đó. Trước giả Thi thiên viết rằng: "Tôi đã giấu Lời Chúa trong lòng tôi, để tôi không phạm tội cùng Chúa" (Thi thiên 119:11). Nói ngược lại là: "Tôi đã *không* giấu Lời Chúa trong lòng tôi, để tôi *có thể* phạm tội cùng Chúa".

Tôi cũng biết rằng gợi ý của tôi có vẻ không mấy đơn giản cho nhiều người. Tuy nhiên, đọc Kinh Thánh từ đầu đến cuối và cứ thế mà lặp lại đã từng là một thói quen hấp dẫn đối với hầu hết các thánh đồ vĩ đại nhất ở trong lịch sử Hội thánh, nó còn tiếp diễn cho tới ngày hôm nay. Nếu chúng ta không biết

---

[2] Quyển *Reformation Heritage KJV Study Bible*, biên soạn bởi Joel R. Beeke, Michael Barrett, Gerald Bilkes và Paul Smalley (Grand Rapids: Reformation Heritage Books, 2014); Quyển *Reformation Study Bible*, biên soạn bởi R.C. Sproul (Orlando, Fla.: Reformation Trust, 2015); quyển *ESV Study Bible* (Wheaton, Ill.: Crossway, 2011); quyển *MacArthur Study Bible*, biên soạn bởi John MacArthur (Nashville, Tenn.: Thomas Nelson, 2013).

phải bắt đầu như thế nào, có lẽ lịch đọc Kinh Thánh của Robert Murray M'Cheyne sẽ hữu ích cho chúng ta.[3] Trong vài thập kỷ qua, lịch đọc Kinh Thánh nầy đã rất hữu ích cho rất nhiều thánh đồ kết ước đọc Kinh Thánh.

Giảng giải Kinh

Kết hợp với việc đọc và học Kinh Thánh cá nhân là sự dạy dỗ và giảng dạy Lời Chúa trong bối cảnh của Hội thánh địa phương từ các trưởng lão trung tín đang chăn dắt chúng ta. Ngồi dưới chân các mục sư tin kính là những người chuyên tâm học Lời Chúa, sống với Lời Chúa, và rao giảng Lời Chúa là công cụ rất tốt của ân điển dành cho dân sự của Đức Chúa Trời. Công cụ nầy được thấy rõ nhất qua đời sống và chức vụ của tiên tri Ê-xơ-ra, Kinh Thánh cũng làm chứng rằng: "Vì E-xơ-ra đã định chí tra xét luật pháp của Đức Giê-hô-va, giữ làm theo, và dạy cho dân Y-sơ-ra-ên biết những luật pháp và giới mạng" (Ê-xơ-ra 7:10). Công cụ nầy còn được thấy rõ nét hơn nữa qua chức tế lễ của người Lê-vi đầy lý tưởng đã được miêu tả trong sách Ma-la-chi rằng: "Luật pháp của sự chân thật đã ở trong miệng nó, trong môi miếng nó chẳng có một sự không công bình nào; nó đã bước đi với ta trong sự bình an và ngay thẳng, làm cho nhiều người xây bỏ khỏi sự gian ác. Vì môi miếng của thầy tế lễ nên giữ sự thông biết, người ta tìm luật pháp trong miệng nó, vì nó là sứ giả của Đức Giê-hô-va vạn quân" (Ma-la-chi 2:6-7).

---

[3] R.M. M'Cheyne (1813-1843) là mục sư của Hội thánh St. Peter, thành phố Dundee, Scotland. Ông đã để lại một lịch đọc Kinh Thánh để dẫn dắt người tin Chúa đi qua Cựu Ước một lần, Tân Ước và Thi thiên hai lần trong một năm. Lịch đọc Kinh Thánh nầy có sẵn trên mạng và bày bán tại các nhà sách.

Cũng như không gì có thể thay thế cho việc học Kinh Thánh cá nhân, thì không gì có thể thay thế chức vụ của một mục sư tin kính giảng giải Kinh Thánh cho bầy chiên mà ông biết, yêu thương và hy sinh phục vụ một cách hết mình. Những năm gần đây, sự phát triển của mạng internet đã cho phép người tin Chúa tiếp cận một vài diễn giả giỏi nhất trên thế giới, nhưng đây lại là một phước hạnh hỗn tạp. Truy cập vào một mục vụ trên mạng không thay thế được vai trò là một thành viên quan trọng của hội chúng tại địa phương, còn những diễn giả rất lớn trên mạng, cho dù ích lợi ra sao, cũng không thay thế được vai trò của một mục sư tin kính đang sống trung tín với Lời Chúa. Có lẽ vị mục sư nầy không có bằng cấp về học thuật hay là tài cán phi thường, nhưng vì đó là một mục sư trung tín, nên người đó có vị trí quan trọng cho sự nên thánh của chúng ta hơn là tất cả diễn giả trên mạng cộng lại! Phớt lờ những công cụ rất tốt của ân điển chính là dấu hiệu cho thấy sự thiếu trưởng thành thuộc linh và tấm lòng đen tối.

Một điều quan trọng cần ghi nhớ đó là ngay cả những diễn giả có vĩ đại thế nào thì họ vẫn chỉ là con người có thể mắc sai sót và phải bị Lời của Đức Chúa Trời đoán xét. Các tín hữu ở Bê-rê trong thời của sứ đồ Phao-lô cũng vậy, chúng ta phải "sẵn lòng chịu lấy đạo" và cũng "ngày nào cũng tra xem Kinh thánh, để xét lời giảng có thật chăng" (Công vụ 17:11). Chúng ta "chớ khinh dể các lời tiên tri" (tức là sự rao giảng theo Kinh Thánh), nhưng chúng ta "hãy xem xét mọi việc".[4] Vì những lời

---

4 Ân tứ tiên tri đã không còn nữa. Tuy nhiên, sự khuyên răn vẫn còn tiếp diễn trong Hội thánh. Lời tiên tri đã được ký thuật lại ở trong lời không sai sót của Kinh Thánh. Chúng ta không nên phớt lờ sự giảng giải chính xác và hướng áp dụng của các lời tiên tri nầy, ngay cả khi chúng phơi bày, bẻ trách và khuyên răn chúng ta. Tuy vậy, chúng ta vẫn phải tra xét tất cả sự rao giảng dưới ánh sáng của Lời Chúa để xem thử những lời dạy đó có chính xác hay không (xem 1 Tê-sa-lô-ni-ca 5:20-21).

nhắc nhở nầy nhằm để vâng lời, chúng ta phải học Lời Chúa một cách cá nhân, thật chăm chỉ và bền đỗ.

Trước khi tôi đi sâu hơn, tôi phải đưa ra một lời nhắc nhở súc tích dành cho các mục sư. Quý vị là những người có được vinh dự rất lớn ở trên hành tinh nầy và một trọng trách cao cả được đặt ở trên vai của quý vị. Nếu người tin Chúa được kêu gọi phải run rẩy và sợ sệt mà làm nên sự cứu chuộc của mình, thì quý vị cần phải làm hơn thế nữa để hoàn thành chức vụ của mình bằng sự nghiêm túc cao độ (Phi-líp 2:12). Quý vị có thấy tín hữu ngồi dưới ghế nhà thờ than phiền nhiều nhất về các mục sư chỉ quan tâm đến chương trình, chiến lược, số lượng bầy chiên nhiều hơn cả việc học Lời Chúa, cầu nguyện riêng tư, làm gương bằng đời sống tin kính, và giảng giải Kinh Thánh chăng? Thưa anh em, chúng ta đừng để bị mang tiếng. Hãy trở nên giống như tiên tri Ê-xơ-ra ngày xưa "đã định chí tra xét luật pháp của Đức Giê-hô-va, giữ làm theo, và dạy cho dân Y-sơ-ra-ên biết những luật pháp và giới mạng" (Ê-xơ-ra 7:10). Chúng ta hãy nói như các sứ đồ về mọi sự sao lãng rằng: "còn chúng ta sẽ cứ chuyên lo về sự cầu nguyện và chức vụ giảng đạo" (Công vụ 6:4).

Sử dụng Kinh Thánh trong sự thờ phượng

Kinh Thánh không chỉ dùng để nghiên cứu cá nhân và giải thích bằng sự giảng luận, nhưng Kinh Thánh phải được công bố ở trong và xuyên suốt buổi thờ phượng của chúng ta một cách công khai. Điều nầy được thực hiện qua ba hành động – đọc Kinh Thánh công khai, giảng giải Kinh Thánh công khai và hát ca lời Kinh Thánh.

Đọc các phần Kinh Thánh có độ dài một cách công khai là điều hiếm hoi ngày hôm nay. Thật ra, hầu hết chúng ta sẽ ngạc nhiên khi biết rằng việc đọc Kinh Thánh như vậy đã từng là trọng tâm trong buổi thờ phượng của các Hội thánh Tin lành vào đầu thời kỳ Cải chánh. Quan điểm nầy không phải lá ý tưởng cá nhân từ các tiền nhân của chúng ta đâu, nhưng đó là mạng lịnh ở trong Kinh Thánh. Trong 1 Ti-mô-thê 3:15, sứ đồ Phao-lô đã đưa ra chỉ dẫn khá dài về việc "con biết làm thể nào trong nhà Đức Chúa Trời"; ông đã truyền lịnh rằng việc đọc Kinh Thánh phải là trọng tâm trong giờ thờ phượng chung: "Hãy chăm chỉ đọc sách, khuyên bảo, dạy dỗ, cho đến chừng ta đến" (1 Ti-mô-thê 4:13).

Chúng ta đang xây nhà trên cát khi phớt lờ mạng lịnh nầy ở trên đất chỉ vì điều đó sẽ "làm chậm" buổi nhóm hay là vì con người ngày nay đã mất khả năng chú ý lắng nghe. Chúng ta không được ưng thuận hay tuân theo những tiêu chuẩn thấp kém từ trong văn hóa của mình. Một trong những vô số sai lầm và quan điểm sai trật của Công giáo La-mã đó là họ đã trộn lẫn Cơ Đốc giáo vào trong văn hóa để thêm sự hấp dẫn và được công nhận. Ngược lại, các nhà Cải chánh đã giữ lòng trung tín đối với Kinh Thánh và kêu gọi các nền văn hóa xung quanh phải biến hóa theo tiêu chuẩn cao quý của Lời Chúa. Công giáo La-mã chỉ hạ thấp và làm hư hỏng Cơ Đốc giáo mà thôi, nhưng đức tin Cải chánh đã nâng các nền văn hóa lên tầm cao mới về mặt thuộc linh, học vấn, kinh tế và xã hội. Chúng ta không thể cho phép khái niệm về loài người theo dõi các tiểu đoạn ngắn trong thời đại internet nầy không còn khả năng đọc các đoạn Kinh Thánh dài hay bài giảng dài hơn hai mươi phút. Thay vì thế, chúng ta phải đọc Kinh Thánh thật kiên nhẫn và có tình yêu thương cho đến khi mọi người được biến hóa bởi Lời Chúa.

Song song với việc đọc Kinh Thánh là sự giảng giải Kinh Thánh cách trung tín từ các trưởng lão, giáo sư và các truyền đạo tin kính đã chuyên tâm học Lời Chúa. Đây cũng là một hình thức thờ phượng, trong đó người rao giảng đang công bố, trình bày và tán dương những đặc tánh và công việc của Đức Chúa Trời. Đổi lại, điều nầy sẽ làm cho tấm lòng của hội chúng có sự kính sợ, kính trọng và kính mến dành cho Đức Chúa Trời nhiều hơn. Nhà Cải chánh vĩ đại của Geneva là John Calvin đã từng viết rằng: "Mục tiêu của một giáo sư giỏi luôn là lái cặp mắt của loài người khỏi thế gian, hầu cho họ sẽ ngước mắt lên trời".[5] Sự giảng luận theo Kinh Thánh không chủ yếu là truyền đạt các nguyên tắc sống hầu cho hội chúng tìm được con đường "sống tốt nhất ngay bây giờ". Mà sự giảng luận là truyền đạt sự hiểu biết về Đức Chúa Trời để kết quả là đức tin, sự thờ phượng và sự vâng lời hết lòng. Giống như việc đọc Kinh Thánh công khai, thì quan điểm lịch sử về sự giảng luận cũng rất hiếm hoi ngày hôm nay, nhưng đây là một công cụ cần thiết của ân điển. Đối với Cơ Đốc nhân, chúng ta phải ưu tiên điều nầy lên hàng đầu. Cho dù phải giá trả thế nào hay khó khăn ra sao, chúng ta phải chịu đựng, tìm kiếm trong Hội thánh những trưởng lão và giáo sư nào đang chuyên lòng học Kinh Thánh, những người biết rõ sự giảng dạy và dạy dỗ là chức vụ cả đời của họ, những bài giảng của họ giúp chúng ta có sự hiểu biết và thôi thúc chúng ta thờ phượng Đức Chúa Trời bằng tâm thần và lẽ thật, "ấy đó là những kẻ thờ phượng mà Cha ưa thích

---

[5] *Những chú giải của Calvin*, về Tít 1:2, 21:283.

vậy" (Giăng 4:23).

Cuối cùng, song song với việc đọc và giảng giải Kinh Thánh là hát lời Kinh Thánh. Khi hội chúng cất tiếng hát thì đó là một hành động thờ phượng hướng về một mình Đức Chúa Trời, kết quả là hội chúng được gây dựng. Sự ngợi khen làm vui lòng Đức Chúa Trời và gây dựng các thánh đồ như thế phải vừa theo Kinh Thánh vừa mang tính dạy dỗ.[6] Một vài Hội thánh Cải chánh dạy rằng tốt hơn hết và an toàn nhất là hạn chế sự ngợi khen Chúa ở trong các Hội thánh bằng cách sử dụng quyển sách kinh điển dùng để ca hát của Đức Chúa Trời là Thi thiên, trong khi các Hội thánh Cải chánh khác cảm thấy thoải mái khi hát các bài thánh ca truyền tải những lẽ thật về giáo lý vĩ đại, lời khuyên, lời khích lệ và lời cảnh báo của Kinh Thánh. Mặc dù cả hai đều có những quan điểm cứng rắn về vấn đề nầy, cả hai đều đồng ý hát thờ phượng chung là một công cụ quan trọng và chắc chắn của ân điển dành cho dân sự của Đức Chúa Trời. Rất nhiều học giả và các sử gia về Hội thánh đã tranh luận rằng những lẽ thật lớn của phong trào Cải chánh không chỉ truyền đạt cho tín hữu bình thường thông qua sự rao giảng của các nhà Cải chánh, mà còn qua các bài thánh ca theo Kinh Thánh được viết ra và được Hội thánh hát lên. Thật không phải là tình cờ khi thánh ca hay bài hát trong Kinh Thánh – sách Thi thiên – cũng là nguồn tài liệu chủ yếu để nghiên cứu rất nhiều giáo lý vĩ đại của Cơ Đốc giáo, đặc biệt là giáo lý về Đức Chúa Trời. Trong thư của sứ đồ Phao-lô gửi cho Hội thánh Cô-lô-se

---

[6] Từ ngữ "mang tính dạy dỗ" lấy từ động từ didaskein trong tiếng Hy-lạp có nghĩa là dạy dỗ. Những bài hát thờ phượng mang tính dạy dỗ là để truyền tải kiến thức, thông tin hoặc giáo dục. Chúng truyền đạt lẽ thật Kinh Thánh. Thực chất, hát ngợi khen phải mang tính dạy dỗ được sứ đồ Phao-lô công nhận qua mấy lời gửi cho Hội thánh tại Cô-lô-se chép rằng: "Nguyền xin lời của Đấng Christ ở đầy trong lòng anh em, và anh em dư dật mọi sự khôn ngoan. Hãy dùng những ca vịnh, thơ thánh, bài hát thiêng liêng mà dạy và khuyên nhau, vì được đầy ơn Ngài nên hãy hết lòng hát khen Đức Chúa Trời (3:16).

cũng khẳng định mối liên hệ giữa sự thờ phượng và Lời Chúa rằng: "Nguyền xin lời của Đấng Christ ở đầy trong lòng anh em, và anh em dư dật mọi sự khôn ngoan. Hãy dùng những ca vịnh, thơ thánh, bài hát thiêng liêng mà dạy và khuyên nhau, vì được đầy ơn Ngài nên hãy hết lòng hát khen Đức Chúa Trời" (Cô-lô-se 3:16).

Cảm xúc theo Kinh Thánh là món quà thú vị đến từ Đức Chúa Trời, sự thờ phượng theo Kinh Thánh chắc chắn có sức mạnh làm rung động những cảm xúc sao cho phù hợp với ý muốn của Đức Chúa Trời. Tuy nhiên, đáp ứng về mặt cảm xúc của chúng ta đối với tiếng nhạc, nhịp điệu, hay lời bài hát thánh ca hay điệp khúc không phải là dấu hiệu chuẩn xác. Cảm xúc cũng phải được tra xét dựa theo Kinh Thánh và phải bày tỏ những lẽ thật vĩ đại trong Kinh Thánh. Bấy nhiêu vẫn chưa đủ kết luận một bài thánh ca không phải là dị giáo, nhưng một bài thánh ca phải chan chứa lẽ thật trong đó! Khi tiếng nhạc không còn nữa và nhịp điệu cũng dừng lại, chỉ có lẽ thật của Kinh Thánh được truyền đạt qua bài thánh ca mới còn lại mà thôi.

Chủ đề lớn của Kinh Thánh

Chúng ta đã nói xong về Kinh Thánh là công cụ vĩ đại đến nỗi không chỉ nhờ đó mà chúng ta được cứu rỗi,[7] nhưng còn được nên thánh nữa. Tuy nhiên, chúng ta sẽ bị coi là cẩu thả nếu không đề cập đến lẽ thật cần thiết nhất – đó là chủ đề chính của Kinh Thánh, là thân vị và công tác cứu rỗi của Đức Chúa Jêsus

---

[7] "Từ khi con còn thơ ấu đã biết Kinh thánh vốn có thể khiến con khôn ngoan để được cứu bởi đức tin trong Đức Chúa Jêsus Christ" (2 Ti-mô-thê 3:15).

Christ. Chúa là đá nam châm của Kinh Thánh và phải là đầu tiên, trung tâm và cuối cùng trong việc đọc, nghiên cứu, ghi nhớ, suy gẫm, rao giảng và ngợi khen.

Mặc dù sứ điệp Phúc âm nằm trong Kinh Thánh, đó là một chủ đề quan trọng và đặc sắc đến nỗi phải được biệt riêng ra. Rất nhiều diễn giả qua các thời đại đã khẳng định rằng bụi bẩn của Kinh Thánh là vàng, một chấm một nét nhỏ nhất của Kinh Thánh còn có giá trị nhiều hơn tất cả sách vở đã từng được xuất bản và sẽ được viết ra. Tuy nhiên, ngay cả trong Kinh Thánh cũng chỉ có một sứ điệp, một chân lý cao trọng hơn tất cả – "Đấng Christ chịu chết vì tội chúng ta theo lời Kinh thánh; Ngài đã bị chôn, đến ngày thứ ba, Ngài sống lại, theo lời Kinh thánh" (1 Cô-rinh-tô 15:3-4). Trong vài lời khẳng định ngắn ngủi nầy có sự mặc khải vĩ đại về Đức Chúa Trời và toàn bộ sự cứu rỗi của chúng ta.

Phúc âm không chỉ là "quyền phép của Đức Chúa Trời để cứu mọi kẻ tin", mà còn là chất xúc tác và sự thôi thúc cho sự bền bỉ và sự tấn tới của chúng ta trong đức tin (Rô-ma 1:16). Sứ đồ Phao-lô đã viết rằng: "Vì tình yêu thương của Đấng Christ cảm động chúng tôi, và chúng tôi tưởng rằng nếu có một người chết vì mọi người, thì mọi người đều chết, lại Ngài đã chết vì mọi người, hầu cho những kẻ còn sống không vì chính mình mà sống nữa, nhưng sống vì Đấng đã chết và sống lại cho mình" (2 Cô-rinh-tô 5:14-15).

Trong Phúc âm của Đức Chúa Jêsus Christ có đủ lý do cho đức tin và mọi lời khuyên để tăng trưởng, bền đỗ, phục vụ và hy sinh. Một góc nhìn rất nhỏ về Đấng Christ cũng đủ để khiến một tấm lòng được tái sanh đến ngàn vạn lần để chiến trận thuộc linh, chống lại xác thịt, những tranh chiến nội tâm, sự bắt bớ, và những mệt mỏi của thân thể. Chỉ có một góc nhìn từ xa về Đấng Christ trong Phúc âm đã khiến Môi-se từ bỏ xứ Ê-díp-tô và những vui sướng của tội lỗi, để chịu khổ cùng dân sự của Đức Chúa Trời và chống lại kẻ thống trị mạnh nhất trên đất lúc bấy giờ.[8] Chỉ có một góc nhìn rất nhỏ về Đấng Christ đã khiến sứ đồ Phao-lô tận hiến cả đời để phục vụ và tử vì đạo. Chỉ có một góc nhìn rất nhỏ về Đấng Christ đã thêm sức cho John Bunyan dành những năm tháng đằng sau song sắt hơn là từ chối tiếng gọi rao giảng Phúc âm. Chỉ có một góc nhìn cực nhỏ về Đấng Christ không thôi đã sai William Carey đến Ấn Độ, Hudson Taylor đến Trung Hoa, và George Muller mở các trại mồ côi ở Bristol. Trước giả Hê-bơ-rơ nói (11:32) rằng: "Ta còn nói chi nữa? Vì nếu ta muốn nói thì . . . không đủ thì giờ" để kể hết vô số thánh đồ trải qua các thời đại đã làm ra và chịu đựng những điều phi thường chỉ vì một động cơ duy nhất – đó là Đấng Christ đã chịu chết vì tội nhân! Nếu chúng ta muốn đứng vào hàng ngũ của những người được quý trọng đã làm ra những kỳ công và có sự bền đỗ nầy, thì trước hết hãy tìm kiếm nước Đấng Christ ở trong Kinh Thánh và cầu nguyện. Người khôn ngoan đã từng nói rằng sự khôn ngoan tìm thấy sự thỏa mãn tột cùng ở trong Đấng Christ – Ngài còn quý hơn châu ngọc; không có sự ưa thích nào của chúng ta có thể sánh bằng Ngài.[9]

---

[8] "Bởi đức tin, Môi-se lúc đã khôn lớn, bỏ danh hiệu mình là con trai của công chúa Pha-ra-ôn, đành cùng dân Đức Chúa Trời chịu hà hiếp hơn là tạm hưởng sự vui sướng của tội lỗi; người coi sự sỉ nhục về Đấng Christ là quí hơn của châu báu xứ Ê-díp-tô, vì người ngửa trông sự ban thưởng. Bởi đức tin, người lìa xứ Ê-díp-tô không sợ vua giận; vì người đứng vững như thấy Đấng không thấy được" (11:24-27).
[9] "Sự khôn ngoan quí báu hơn châu ngọc, chẳng một bửu vật nào con ưa thích mà sánh kịp nó được" (Châm ngôn 3:15).

Câu hỏi suy gẫm:

1. Công cụ "hàng đầu" của ân điển mà Đức Chúa Trời đã ban cho người tin Ngài là gì? Tại sao điều ấy được gọi là hàng đầu hay nền tảng?

2. Bản văn nào trong Kinh Thánh chứng tỏ sự cần thiết tuyệt đối của Kinh Thánh? Phân đoạn ấy nói về lẽ thật như thế nào?

3. Bạn có đồng với lời phát biểu sau đây không? Tại sao? "Nếu chúng ta chần chừ trong việc khẳng định sự thần cảm, tính không sai, hay tính đầy đủ của Kinh Thánh, thì một nền tảng chắc chắn cho đời sống Cơ Đốc sẽ luôn ở xa tầm với của chúng ta".

4. Lời phát biểu sau đây có nghĩa gì? Bạn có đồng ý chăng? "Kinh Thánh là một quyển sách được thần cảm, nhưng không phải là quyển sách ma thuật. Từ ngữ và lẽ thật ở trong Kinh Thánh sẽ không tự nhiên lọt vào tấm lòng và tâm trí của chúng ta đâu. Để có được ích lợi từ Kinh Thánh, chúng ta phải học Kinh Thánh một cách chăm chỉ".

5. Chúng ta nên học Kinh Thánh như thế nào? Chương nầy gợi ý công cụ gì để học Kinh Thánh? Tại sao?

6. Ở trong chương nầy, sự trung tín của chúng ta dành cho một Hội thánh địa phương và ngồi dưới chân các trưởng lão tin kính giảng giải Kinh Thánh quan trọng như thế nào?

7. Ba hành động chính mà qua đó Kinh Thánh được truyền đạt ở trong và xuyên suốt buổi thờ phượng của chúng ta là gì? Ý nghĩa của từng hành động là gì?

8. Tại sao Phúc âm của Đức Chúa Jêsus Christ là trọng tâm lớn nhất cho tất cả việc học, rao giảng và thờ phượng của chúng ta? Hãy giải thích tại sao Đấng Christ và Phúc âm của Ngài là động lực thôi thúc lớn nhất trong đời sống Cơ Đốc.

3

Cầu nguyện

Đọc Kinh Thánh mỗi ngày và cầu nguyện dường như là hai thói quen bị phớt lờ nhất trong đời sống Cơ Đốc. Nói đơn giản hơn thì sự phớt lờ nầy gần như là nguồn gốc của tất cả bệnh tật thuộc linh đang gây khổ sở cho từng người tin Chúa nói riêng và Hội thánh nói chung. Ai cũng bày tỏ sự nhất trí về tính cần thiết của Lời Chúa và sự cầu nguyện, mà cũng nhất trí luôn khi thừa nhận đã phớt lờ cả hai điều đó. Các mục sư và những người hầu việc Chúa trong lĩnh vực khác thường nói rằng: "Tôi chưa từng biết một người tin Chúa đang hấp hối nào nói rằng mình đã dành quá nhiều thì giờ đọc Lời Chúa và cầu nguyện".

Tất cả những điều nầy phải dẫn chúng ta đến với câu hỏi rất quan trọng mà cũng vô cùng đau đớn là: "Tại sao chúng ta thấy khó cầu nguyện như vậy?" Lý do rõ ràng nhất đó là xác thịt của chúng ta và tính tự phụ cứng đầu. Xác thịt của chúng ta ghét cầu nguyện trong chỗ riêng tư bởi vì làm như vậy là từ bỏ tính tự mãn, không cho phép sự tự cao, và làm cho sự ca tụng cũng như tiếng vỗ tay của loài người không còn về phía chúng ta nữa mà hướng về Đức Chúa Trời. Về khía cạnh nào đó, xác thịt của chúng ta có thể chỉ ra điều gì là quan trọng thực sự trong đời sống Cơ Đốc – tức là xác thịt chống đối điều gì nhất thì điều ấy là cần thiết nhất. Xác thịt của chúng ta chống đối điều gì hơn việc đọc Kinh Thánh và sự cầu nguyện sao?

Một lý do khác nữa cho biết vì sao chúng ta thấy khó cầu nguyện đó là sự thiếu đức tin của chúng ta. Cầu nguyện là cơ hội để dự phần vào những việc phi thường và để nhìn xem Đức Chúa Trời "làm trổi hơn vô cùng mọi việc chúng ta cầu xin hoặc suy tưởng" (Ê-phê-sô 3:20). Trong Lu-ca 18:1-8, Chúa Jêsus truyền dạy một trong những bài giảng lớn nhất của Ngài về Đức Chúa Trời sẵn sàng hành động cho người nào bền lòng cầu nguyện. Sau đó, Chúa lại kết thúc bài giảng bằng mấy lời chú giải rất buồn vì sự thiếu đức tin và thiếu bền đỗ trong sự cầu nguyện: "Song khi Con người đến, há sẽ thấy đức tin trên mặt đất chăng?" (Lu-ca 18:8).

Kính thưa anh chị em trong Đấng Christ, đừng để điều nầy là lời miêu tả dành cho thế hệ của chúng ta. Chúng ta cũng đừng ở trong hàng ngũ của những kẻ không có vì không cầu xin (Gia-cơ 4:2). Chúng ta hãy từ bỏ cánh tay của xác thịt và nguồn lực yếu kém của nó mà hết lòng bền đỗ ở trước mặt Đức Chúa Trời trong sự cầu nguyện. Không phải Chúa đã hứa rằng: "Vì con mắt của Đức Giê-hô-va soi xét khắp thế gian, đặng giúp sức cho kẻ nào có lòng trọn thành đối với Ngài" (2 Sử ký 16:9). Lại nói rằng: "Hỡi các ngươi là kẻ nhắc nhở Đức Giê-hô-va, chớ có nghỉ ngơi chút nào. Đừng để Ngài an nghỉ cho đến chừng nào đã lập lại Giê-ru-sa-lem và dùng nó làm sự ngợi khen trong cả đất!" (Ê-sai 62:6-7). Chúng ta càng ít nhờ cậy vào xác thịt mà gieo mình ra trước mặt Đức Chúa Trời trong sự cầu nguyện, thì chúng ta sẽ càng thấy quyền năng lạ lùng của Ngài hành động ở trong và qua chúng ta. Chúng ta tuyệt vọng sao được khi có những lời hứa ấy? Làm sao chúng ta không trỗi dậy và tiến về phía trước?

Bắt chước Đấng Christ

Để phơi bày sự dại dột của chúng ta về tính tự phụ, chỉ cần so sánh bản thân với Con người hoàn hảo, là Đấng thần nhân, là Đức Chúa Jêsus Christ. Sự thật thì chúng ta có thể khẳng định rằng Ngài là một người cầu nguyện. Người ta cho rằng ba năm chức vụ của Ngài được ký thuật lại rất bận rộn, rất chán, và rất nhiều đòi hỏi, nhưng Chúa vẫn là một người chuyên tâm cầu nguyện.

Nhiều người nói rằng nếu chúng ta đọc Phúc âm Mác đúng cách, thì chúng ta sẽ bị kiệt sức chỉ sau vài trang. Quyển sách được sắp xếp thành một loạt các chuỗi sự kiện của Đấng Christ đang hoàn thành ý muốn của Cha Ngài. Vài lần trong chương đầu tiên, chúng ta thấy mấy từ ngữ như "tức thì" mỗi khi Đấng Christ hành động: *vừa khi* lên khỏi nước (câu 10); *tức thì* Đức Thánh Linh giục Ngài đến nơi đồng vắng (câu 12); Ngài *liền* kêu hai người (câu 20); *tức thì* Đức Chúa Jêsus vào nhà hội, khởi dạy dỗ tại đó (câu 21); *vừa* ở nhà hội ra, Chúa và môn đồ đi với Gia-cơ cùng Giăng vào nhà Si-môn và Anh-rê (câu 29); *tức thì* chúng thưa với Ngài về chuyện người. Ngài bèn lại gần, cầm tay người đỡ dậy; bịnh rét dứt đi, và người bắt tay hầu hạ (câu 30-31). Cũng trong ngày hôm đó, Mác ký thuật lại rằng: "Đến chiều, mặt trời đã lặn, người ta đem mọi kẻ bịnh và kẻ bị quỉ ám đến cùng Ngài. Cả thành nhóm lại trước cửa. Ngài chữa lành nhiều kẻ đau các thứ bịnh, và đuổi nhiều quỉ, chẳng cho phép các quỉ nói ra, vì chúng nó biết Ngài" (câu 32-34).

Cả ngày và đêm của Đấng Christ đều làm theo ý muốn của Cha Ngài và đáp ứng nhu cầu của dân sự Ngài. Chúng ta cũng không biết Ngài có được ngủ tối hôm đó không, nhưng chúng ta biết rằng: "Sáng hôm sau, trời còn mờ mờ, Ngài chờ dậy, bước ra, đi vào nơi vắng vẻ, và cầu nguyện tại đó" (câu 35). Điều quan trọng cần lưu ý đó là bản văn nầy không được dùng làm chứng cớ cho việc bỏ qua giấc ngủ hay bỏ qua nhu cầu nghỉ ngơi, nhưng chỉ để cho thấy Chúa Jêsus đã công nhận về tính cần thiết của sự cầu nguyện.

Sự chuyên lòng cầu nguyện của Đấng Christ còn được khẳng định thêm ở trong Phúc âm Lu-ca, trong đó có nhiều đoạn cho thấy đời sống cầu nguyện của Chúa Jêsus. Chúa đã cầu nguyện ngay lúc Ngài được làm báp-tem (Lu-ca 3:21). Chúa "ra đi đến nơi vắng vẻ" để cầu nguyện trong khi đám đông đi tìm Ngài (4:42). Trong khi mục vụ trở nên căng thẳng, Chúa thường "lánh đi nơi đồng vắng mà cầu nguyện" (5:15-16). Trước khi chọn các môn đồ, "Đức Chúa Jêsus đi lên núi để cầu nguyện; và thức thâu đêm cầu nguyện Đức Chúa Trời" (6:12). Chúa đã "cầu nguyện riêng" trước khi Ngài tuyên bố sự chịu chết của Ngài cho các môn đồ (9:18-22).

Các phân đoạn Kinh Thánh chỉ về đời sống cầu nguyện của Đấng Christ đạt đến tột đỉnh ở trong Lu-ca đang cho chúng ta biết rằng sau khi Chúa "cầu nguyện xong, một môn đồ thưa

Ngài rằng: Lạy Chúa, xin dạy chúng tôi cầu nguyện" (Lu-ca 11:1). Hãy thử hình dung khung cảnh lúc đó! Không có chỗ nào ký thuật lại câu chuyện các môn đồ xin Chúa Jêsus dạy họ đi trên biển, chữa lành người bệnh, khiến kẻ chết sống lại, hay thậm chí là giảng dạy, nhưng họ có xin Chúa một điều – "xin dạy chúng tôi cầu nguyện". Có phải điều nổi bật hay đặc biệt nhất về Đấng Christ chính là đời sống cầu nguyện của Ngài phải không? Sự thông công của Ngài với Đức Chúa Trời chẳng giống với những gì các môn đồ đã từng thấy ở người khác và họ muốn cầu nguyện giống như Ngài đã cầu nguyện!

Tất nhiên, chúng ta nên tìm cách biến hóa từng khía cạnh về phẩm chất và mục vụ của mình giống với Đấng Christ. Nhưng khi cố gắng bắt chước phẩm chất và mục vụ, chúng ta cũng đừng quên bắt chước đời sống cầu nguyện hay sự chuyên lòng cầu nguyện của Đấng Christ nữa. "Vì sự đầy dẫy của bổn tánh Đức Chúa Trời thảy đều ở trong Đấng ấy như có hình" (Cô-lô-se 2:9), nhưng Ngài còn là một con người đích thực, vì thế mà Ngài chính là tấm gương của chúng ta.[1] Ngài đã tìm kiếm sự dẫn dắt và sức lực từ Đức Chúa Cha thông qua Đức Thánh Linh trong sự cầu nguyện. Vậy thì chúng ta cũng phải công nhận đó là nhu cầu của mình mà hết lòng trong sự cầu nguyện có phải không!

Học hỏi Đấng Christ

Có hai thái cực trong khía cạnh học cách cầu nguyện và cầu

---

[1] Trong 1 Ti-mô-thê 2:5, sứ đồ Phao-lô ám chỉ Con Trời là "tức là Đức Chúa Jêsus Christ, là người". Trong 1 Cô-rinh-tô 11:1 ông cũng viết rằng: "Hãy bắt chước tôi, cũng như chính mình tôi bắt chước Đấng Christ vậy".

nguyện gì. Thái cực đầu tiên, đó là có những người bỏ qua hay phớt lờ sự dạy dỗ của Kinh Thánh và cầu nguyện theo như mình cho là đúng, hoặc là bị chi phối bởi cảm xúc. Dù họ nói đó là sự dẫn dắt của Đức Thánh Linh, nhưng họ thường thấy có lỗi khi cầu nguyện trái với ý muốn của Đức Thánh Linh đã được chép trong Kinh Thánh. Thái cực thứ hai, đó là có những người khoe mình đã sống theo Kinh Thánh vì đời sống cầu nguyện của họ chỉ đơn giản là lầm bầm những lời cầu nguyện của Thánh Kinh và những lời hứa để dâng trình cho Đức Chúa Trời. Cho dù đó là một thói quen giúp chúng ta có sự tiết độ, nhưng lại đi quá sự dạy dỗ của Kinh Thánh trong việc cấm đoán hay giới hạn lời cầu nguyện cá nhân được Kinh Thánh đề cập và chỉ dẫn. Nếu chúng ta loại trừ tất cả lời cầu nguyện và chỉ đọc Kinh Thánh dâng lên Chúa, thì chúng ta cũng phải loại trừ sự giảng giải Kinh trong phần giảng luận và chỉ cho phép đọc bản văn Kinh Thánh công khai mà thôi.

Ngược lại với những thái cực đã nói ở trên, thói quen dựa theo Kinh Thánh và đời sống tận hiến của các thánh đồ xuyên suốt lịch sử Hội thánh là biến đổi tâm trí của họ – để nuôi dưỡng tâm trí của Đấng Christ – qua việc học Kinh Thánh. Khi duy trì thói quen dựa theo Kinh Thánh nầy, chúng ta nên học biết toàn bộ ý định của Đức Chúa Trời trong Kinh Thánh, gia tăng kiến thức của mình về thân vị và công tác của Đức Chúa Trời, hiểu rõ trong Đấng Christ chúng ta là ai ở trước mặt Đức Chúa Trời, và trưởng thành trong việc phân biện ý muốn và những lời Chúa hứa như đã được tỏ ra trong Kinh Thánh. Hơn nữa, chúng ta nên chuyên tâm học biết giáo lý về sự cầu nguyện và suy gẫm những lời cầu nguyện được chép trong Kinh Thánh, "hãy săn sóc chuyên lo những việc đó, hầu cho thiên hạ thấy sự tấn tới [trong sự cầu nguyện theo Kinh Thánh] của con" (1 Ti-mô-thê 4:15).

Kinh Thánh chứa đựng những lời cầu nguyện mẫu mà chúng ta có thể học hỏi, nhưng chỉ có một lời cầu xin là nổi bật nhất. Trong Lu-ca 11:1, các môn đồ đã xin Chúa Jêsus là: "Xin dạy chúng tôi cầu nguyện". Chúa Jêsus đã dạy họ lời cầu nguyện mà chúng ta đều biết là bài cầu nguyện chung. Khi Môi-se nói về bụi gai cháy, chúng ta phải "tẽ bước lại đặng xem sự lạ lớn nầy" (Xuất Ê-díp-tô-lý 3:3).

Giới Tin lành thường xa rời việc sử dụng bài cầu nguyện chung làm mẫu cho sự cầu nguyện theo Kinh Thánh bởi vì Công giáo La-mã đã lạm dụng bài cầu nguyện chung ấy. Tuy nhiên, chúng ta không thể bào chữa cho việc không sử dụng của mình bằng lý do người khác đã lạm dụng nó. Điều lạ lùng xảy ra một lần duy nhất ở trong Kinh Thánh đó là có người xin Chúa Jêsus dạy họ cầu nguyện, Ngài đã chỉ họ bài cầu nguyện chung. Chúa phán rằng:

"Vậy, các ngươi hãy cầu như vầy:
Lạy Cha chúng tôi ở trên trời;
Danh Cha được thánh;
Nước Cha được đến;
Ý Cha được nên, ở đất như trời!
Xin cho chúng tôi hôm nay đồ ăn đủ ngày;
Xin tha tội lỗi cho chúng tôi, như chúng tôi cũng tha kẻ phạm tội nghịch cùng chúng tôi;
Xin chớ để chúng tôi bị cám dỗ, mà cứu chúng tôi khỏi điều ác!
Vì nước, quyền, vinh hiển đều thuộc về Cha đời đời.

A-men" (Ma-thi-ơ 6:9-13).

Viên ngọc đầu tiên mà chúng ta được dạy trong lời cầu nguyện nầy là thái độ đúng đắn của lời cầu nguyện – một sự cân bằng giữa tính thân mật và lòng kính sợ. Đức Chúa Trời là Cha yêu thương và hòa giải rất hoàn hảo đến nỗi chúng ta có thể tự do trò chuyện mà không sợ bị lên án. Nhưng, chúng ta phải luôn nhớ rằng Cha cũng là Vua thiên đàng, Chúa tể muôn loài, Ngài xứng đáng được chúng ta kính sợ hết lòng. Nhiều giáo sư Kinh Thánh đã chỉ dạy rất đúng về "A-ba! Cha!" Sứ đồ Phao-lô đã khuyến khích các tín hữu ở Rô-ma rằng: "Thật anh em đã chẳng nhận lấy thần trí của tôi mọi đặng còn ở trong sự sợ hãi; nhưng đã nhận lấy thần trí của sự làm con nuôi, và nhờ đó chúng ta kêu rằng: A-ba! Cha!" (Rô-ma 8:15). Ông còn viết cho Hội thánh ở Ga-la-ti rằng: "Lại vì anh em là con, nên Đức Chúa Trời đã sai Thánh Linh của Con Ngài vào lòng chúng ta, kêu rằng: A-ba! Cha!" (Ga-la-ti 4:6). Những bản văn nầy chắc hẳn đã cung ứng đủ sự can đảm để chúng ta cầu nguyện với sự biết biết chắc chắn rằng mình đang có một mối liên hệ cha-con mật thiết với Đức Chúa Trời. Tuy nhiên, sự dạy dỗ chung về "A-ba" trong tiếng Xy-ri có tính tương đương với cách biểu đạt trong tiếng Việt là "cha" không hề được tìm thấy và rất nguy hiểm. Chúng ta phải hiểu rằng trong bối cảnh Trung Đông vào thế kỷ đầu tiên, *abba* đúng là cách nói yêu thương và thân mật nhưng không thiếu lòng kính sợ vốn dĩ ở trong mối liên hệ cha-con với nhau. Tiếng gọi "cha" hoàn toàn không đủ để bày tỏ lòng kính sợ cần có khi đến gần Đấng Thánh của Y-sơ-ra-ên đã phán rằng: "Ta sẽ nhờ những kẻ lại gần ta mà được tôn thánh và được vinh hiển trước mặt cả dân sự" (Lê-vi-ký 10:3).

Viên ngọc thứ hai mà chúng ta thấy trong lời cầu nguyện nầy giống như một viên kim cương đa diện; có ba lời cầu xin riêng lẻ lại liên quan với nhau một cách khó hiểu. Những lời cầu xin nầy sẽ tiết chế cảm xúc của chúng ta và phải là mục tiêu cho toàn bộ sự cầu nguyện của chúng ta. Những điều nầy phải ở trong lời cầu nguyện của Cơ Đốc nhân nói riêng, Hội thánh nói chung, và toàn thể nhân loại nữa. Lời cầu xin đầu tiên là "danh Cha được tôn thánh", chúng ta cầu nguyện để Danh của Đức Chúa Trời được biệt riêng, là độc tôn, và trên hết mọi danh, còn chính Ngài cũng được tôn kính như thế nữa. Đối với bản thân chúng ta và đối với Hội thánh, chúng ta cầu xin Đức Chúa Trời để được lớn lên giống như Ngài và sống tận hiến cho Ngài; để chính Ngài là Đấng biệt riêng ở trong lòng của chúng ta, vượt trên mọi tình cảm, và không có đối tượng cạnh tranh nào khác. Đối với thế giới vô tín, chúng ta cầu nguyện để Phúc âm được tấn tới cũng như sự mù lòa thuộc linh được cất đi khỏi các dân tộc, để họ có một tấm lòng mới biết kính mến thân vị và ý muốn của Đức Chúa Trời trên hết mọi sự.

Trong lời cầu xin thứ hai là "nước Cha được đến", chúng ta đang cầu xin Đức Chúa Trời là Đấng có toàn quyền cai trị trong sự công bình sẽ ngày càng trở thành hiện thực ở trên đời sống của mỗi cá nhân nói riêng và trong Hội thánh nói chung; để chúng ta hoàn toàn đầu phục Ngài – hết lòng, hết linh hồn, hết trí và hết sức; để chính Ngài được mọi người xưng nhận là Vua các vua trong từng khoảnh khắc, trong mọi lĩnh vực và đến từng chi tiết trong đời sống của chúng ta. Đối với thế gian vô tín, chúng ta cầu nguyện để thế giới không còn nghịch lại Đức Chúa Trời nữa mà nhận biết quyền bính của Ngài ở trên mọi người, mọi thể chế và mọi nỗ lực; để từng khía cạnh xã hội, chính quyền, văn hóa, nghệ thuật và khoa học đều biết Ngài là Chúa tể và hoan nghênh sự cai trị công bình của Ngài.

Lời cầu xin thứ ba là "ý Cha được nên, ở đất như trời", chúng ta đang cầu xin Đức Chúa Trời để tấm lòng đầu phục Chúa của chúng ta sẽ bày tỏ bằng hành động vâng lời và phục vụ; để chúng ta sống trước mặt Chúa ở dưới đất cũng như một ngày nào đó ở trên trời. Còn với thế gian vô tín, chúng ta đang cầu nguyện để Phúc âm được tấn tới khiến "mọi nước, mọi chi phái, mọi dân tộc, mọi tiếng" hòa thuận với Đức Chúa Trời và cũng khiến họ vui lòng quy phục Vua các vua và Chúa các chúa (Khải huyền 7:9).

Cả ba lời cầu xin nầy là một mặc khải về tấm lòng của Đấng Christ, cho nên những lời cầu xin đó phải là đam mê chủ yếu ở trong đời sống của chúng ta và cũng là trọng tâm ở trong toàn bộ sự cầu nguyện của chúng ta nữa. Chúng ta là dân sự của Đức Chúa Trời đều có một điều quan tâm lớn nhất – đó là danh Chúa được tôn thánh, nước Chúa được đến và ý Chúa được thành tựu – ở trong chúng ta, ở trong Hội thánh và ở khắp địa cầu. Mọi khao khát hay nhu cầu nào đó, cho dù có lý như thế nào, vẫn phải đứng sau những lời cầu xin ấy. Thậm chí những lời cầu xin còn lại trong bài cầu nguyện chung cũng phải được hiểu theo mối quan tâm nầy. Những lời cầu xin của chúng ta để được tiếp trợ mỗi ngày, được thắng hơn sự cám dỗ, và Hội thánh có sự hiệp một đơn giản là để chúng ta có thể làm việc bằng sự tập trung và hiệu quả hơn vì sự vinh hiển của danh Chúa, sự tấn tới của nước Chúa và làm theo ý muốn của Ngài. Chúng ta có thể chắc rằng Đức Chúa Trời sẽ được tôn kính bằng sự cầu nguyện như thế!

Đi kèm với bài cầu nguyện chung cũng có một số lời cầu nguyện khác gần như không đếm hết được đã được ký thuật lại trong Kinh Thánh về việc được nên thánh nói chung, được soi sáng để hiểu biết Lời Chúa, được dẫn dắt và thêm sức trong đời sống Cơ Đốc. Để xem xét thật nhanh thậm chí là một phần mười trong số đó cũng phải cần đến một vài quyển sách. Tuy nhiên, đó là những lời cầu nguyện đang chờ chúng ta khám phá ở trong Kinh Thánh. Tất cả những gì cần phải làm đó là sẵn sàng học thật chăm chỉ.

Cầu nguyện riêng và cầu nguyện chung

Có hai bối cảnh quan trọng để cầu nguyện và cả hai đều cần thiết cho sự trưởng thành của Cơ Đốc nhân. Đầu tiên là cầu nguyện riêng hay cá nhân. Điều nầy bao gồm cả sự thờ phượng, cảm tạ, thông công và đọc lên những lời cầu xin trong Kinh Thánh. Cầu nguyện trong chỗ riêng tư là vô cùng cần thiết đối với việc học Kinh Thánh bởi vì chúng ta lúc nào cũng cần có sự vùa giúp của Đức Thánh Linh. Chính Thánh Linh của Đức Chúa Trời soi sáng thì chúng ta mới hiểu được Kinh Thánh[2] và được thêm sức để vâng lời Ngài.[3] Cầu nguyện trong chỗ riêng tư và thông công cá nhân còn gìn giữ chúng ta khỏi việc có đức tin chỉ thiêng về trí óc, tri thức và học thuật, nhưng cũng cần phải có sự biến đổi, mối quan hệ và tính thực tiễn nữa. Chúng ta phải luôn nhớ rằng Cơ Đốc giáo thật không chỉ

---

[2] 1 Cô-rinh-tô 2:12; 1 Giăng 2:20,27; Ê-phê-sô 1:15-19
[3] Ê-phê-sô 3:14-16; Cô-lô-se 1:29

có lẽ thật đầy uy quyền được bày tỏ qua một quyển sách được thần cảm và không sai. Cơ Đốc giáo thật còn có một mối liên hệ cá nhân, có sự biến đổi và có trách nhiệm đối với Đức Chúa Trời là Đấng cũng được bày tỏ qua quyển sách ấy nữa.

Đi kèm với đời sống cầu nguyện riêng tư hay cá nhân nên là sự dự phần vào lối sống cầu nguyện chung hay cộng đồng ở trong Hội thánh. Đối với đền thờ ở thành Giê-ru-sa-lem ngày xưa, Chúa Jêsus đã phán rằng: "Có lời chép rằng: Nhà ta sẽ là nhà cầu nguyện".[4] Câu Kinh Thánh được trích dẫn từ sách Ê-sai nầy sẽ được áp dụng cho đền thờ thuộc linh của Đấng Christ, tức là Hội thánh, như thế nào nữa đây![5] Từ sách Công-vụ, chúng ta biết rằng Hội thánh đầu tiên đã chuyên tâm trong sự cầu nguyện chung. Lu-ca ghi lại rằng: "Vả, những người ấy bền lòng giữ lời dạy của các sứ đồ, sự thông công của anh em, lễ bẻ bánh, và sự cầu nguyện" (Công-vụ 2:42).

Trong nhiều Hội thánh ngày nay, sự cầu nguyện chung cũng bị phớt lờ như thói quen đọc Kinh Thánh công khai trong Hội thánh. Khi thực hành thì còn ít hơn một buổi họp cử tri tràn lan những tin tức hay sự nói hành kéo dài mấy tiếng đồng hồ, rồi kết thúc chỉ bằng một lời cầu nguyện qua loa vài phút. Sự cầu nguyện chung ở trong Hội thánh ngày nay chỉ tập trung chủ yếu vào nan đề bệnh tật của hội chúng trong khi nhu cầu lớn hơn của thiên quốc đã được bày tỏ trong bài cầu nguyện chung lại bị bỏ qua hoàn toàn.

Để khôi phục lại vị trí đúng đắn của sự cầu nguyện chung hay với cộng đồng giữa vòng hội chúng tại địa phương, thì các

---

[4] Lu-ca 19:46; Ê-sai 56:7
[5] 1 Cô-rinh-tô 3:16-17; 6:19; 2 Cô-rinh-tô 6:16; Ê-phê-sô 2:21

trưởng lão phải đi đầu. Họ không chỉ biệt riêng thì giờ cầu nguyện và dạy dỗ hội chúng về tầm quan trọng của sự cầu nguyện, mà họ còn phải dạy Hội thánh cầu nguyện theo Kinh Thánh và sửa lại những thái độ và thói quen thiếu Kinh Thánh đang xảy ra ở trong các buổi cầu nguyện chung. Cần lưu ý rằng việc khôi phục lại sự cầu nguyện trở lại đúng vị trí giữa vòng hội chúng sẽ gần như là không thể nếu các lãnh đạo Hội thánh (đặc biệt là Tây phương) tiếp tục quảng bá các buổi nhóm thờ phượng giống như các sự kiện mua vui theo sở thích xác thịt của người chưa tin Chúa và chương trình giải trí cho người thiếu trưởng thành. Cầu xin Đức Chúa Trời dấy lên những trưởng lão, giống như các sứ đồ vào thế kỷ đầu tiên, tuyên bố một cách quả quyết rằng "còn chúng ta sẽ cứ chuyên lo về sự cầu nguyện và chức vụ giảng đạo" (Công-vụ 6:4) và dẫn dắt Hội thánh làm giống như vậy.

Câu hỏi suy gẫm:

1. Bạn nghĩ gì về lời phát biểu nầy? "Các mục sư và những người hầu việc Chúa trong lĩnh vực khác thường nói rằng: 'Tôi chưa từng biết một người tin Chúa đang hấp hối nào nói rằng mình đã dành *quá* nhiều thì giờ đọc Lời Chúa và cầu nguyện'". Lời phát biểu nầy có thể được áp dụng trong đời sống bạn như thế nào?

2. Hai lý do chính vì sao chúng ta thấy khó cầu nguyện là gì?

3. Chúa Jêsus là một người cầu nguyện được miêu tả như thế nào ở trong đời sống của Ngài? Chúng ta nên bắt chước

Ngài như thế nào?

4. Hai thái cực chúng ta cần tránh khi học cách cầu nguyện theo Kinh Thánh là gì? Các tiền nhân đã sống tận hiến theo Kinh Thánh trong lịch sử đã học cách cầu nguyện như thế nào?

5. Tại sao chúng ta nên xem xét bài cầu nguyện chung là cần thiết để hiểu rõ cầu nguyện theo Kinh Thánh?

6. Hãy giải thích ngắn gọn tầm quan trọng của mỗi lời cầu xin trong bài cầu nguyện chung.

7. Hãy mô tả cầu nguyện riêng tư hay cá nhân và tầm quan trọng của nó?

8. Sự cầu nguyện chung với cộng đồng có vị trí nào ở trong đời sống sinh hoạt của Hội thánh đầu tiên? Cần phải làm gì để khôi phục thói quen nầy ở trong Hội thánh ngày nay?

4

Ăn năn và xưng tội

Các tiền nhân của chúng ta hiếm khi đề cập sự ăn năn với sự xưng tội là công cụ của ân điển một cách riêng lẻ bởi vì chúng được coi là những yếu tố thiết yếu trong sự cầu nguyện. Nói cách khác, hễ khi nào nhắc đến sự cầu nguyện là công cụ của ân điển thì hiển nhiên phải bao gồm cả sự ăn năn và sự xưng tội. Tuy nhiên, vì có nhiều sự hiểu sai và sự bỏ qua trong Hội thánh ngày nay về sự ăn năn và sự xưng tội, cho nên tôi cảm thấy cần phải viết về hai công cụ của ân điển nầy một cách riêng lẻ.

Trong văn hóa ngày nay cũng như trong giới Tin lành, sự ăn năn và sự xưng nhận tội lỗi thường bị coi là bất lợi, hay đúng hơn là những tai hại cần thiết. Tâm lý học hiện đại đã dạy chúng ta phải bảo vệ cái tôi bằng mọi giá, thậm chí là chối bỏ hiện thực hay nói dối với nhau và với bản thân. Để làm cho vấn đề tệ hơn, rất nhiều bài giảng trong giới Tin lành dường như chẳng hề chạm đến những điểm tối, hầu cho ánh sáng của Lời

Chúa không bao giờ phơi bày được sự sai trật hay làm cho chúng ta thấy không thoải mái. Chúng ta dường như chết điếng trước hiện trạng "tôi không sao . . . bạn không sao", ngay cả khi tất cả bằng chứng đều cho thấy điều ngược lại. Rốt cuộc, lương tâm của chúng ta bị cắn rứt bởi cảm giác mặc cảm tội lỗi, sự bình an của chúng ta bị cai trị bởi cảm giác xa rời Đức Chúa Trời, còn sự đắc thắng bị nuốt chửng bởi cảm giác thất bại suốt đời.

Giải pháp cho căn bệnh thường gặp nầy đang bao vây Cơ Đốc nhân là gì? Thông thường, liều thuốc mà chúng ta cần chính là liều thuốc mà chúng ta thường hay né tránh nhất – sự ăn năn và sự xưng tội! Đối với góc nhìn của thế gian, của xác thịt và của kẻ dại, thì sự ăn năn và sự xưng tội là nhục nhã và xấu xa. Đối với Kinh Thánh, chúng là món quà của Đức Chúa Trời, là công cụ của ân điển để dẫn tới sự phục hồi, bình an và vui mừng.

Nếu chúng ta muốn bước đi cùng Đấng Christ bằng lòng tin quyết và niềm vui theo ý muốn của Ngài, thì chúng ta phải từ bỏ tư tưởng của thế gian và đón nhận giải pháp được chép trong Kinh Thánh. Độc tố của thế gian và Lời Chúa không thể được kê đơn và uống chung với nhau, trừ khi bệnh nhân tự làm hại mình. Chúng ta phải từ bỏ những biện pháp của thế gian sẽ chỉ làm cho vết thương từ tội lỗi trở nên tê hơn mà thôi. Chúng ta phải đón nhận giải pháp của Lời Chúa sẽ cho chúng ta biết cách để lấy đi lớp vảy và làm sạch vết thương.

Sự ăn năn

Trong Tân Ước, từ ngữ "ăn năn" thường được dịch từ động từ

metanéo trong tiếng Hy-lạp, được hình thành từ động từ *noéo* (nhận thức hay hiểu biết) và giới từ *meta* có nghĩa là thay đổi. Do đó, sự ăn năn là một thay đổi quyết liệt ở trong nhận thức của người đó về mọi thứ hay là trong quan điểm của người đó về hiện thực xung quanh. Đối với Kinh Thánh, sự thay đổi tâm trí nầy không chỉ xảy ra về mặt trí tuệ, mà cũng tác động rất quyết liệt ở trên cảm xúc và ý chí nữa.

Một phạm trù tiếng Hê-bơ-rơ cho chúng ta hiểu hơn về sự ăn năn là động từ *nacham*. Từ nầy có nguồn gốc phản ánh ý tưởng "hít thật sâu", nhằm thể hiện cách thân thể diễn đạt cảm nhận của một người như là buồn phiền, tiếc nuối hay ăn năn.[1] Như vậy, sự ăn năn theo Kinh Thánh không chỉ là thay đổi tâm trí về tội lỗi mà còn thực sự đau buồn về tội lỗi ấy nữa.

Một hiểu biết thật đúng đắn về tội lỗi của chúng ta dù rất nhỏ sẽ dẫn đến sự đau buồn thật, sự xấu hổ và thậm chí là căm ghét hoặc kinh tởm tội lỗi và xác thịt của mình. Thầy dạy luật Ê-xơ-ra đã nói ông "hổ ngươi thẹn mặt, chẳng dám ngước mặt lên" (Ê-xơ-ra 9:5-6). Tiên tri Giê-rê-mi kêu lên rằng: "Chúng tôi phải nằm trong sự xấu hổ mình, và lấy điều sỉ nhục đắp cho mình! Vì chúng tôi cùng tổ phụ chúng tôi đã phạm tội nghịch cùng Giê-hô-va Đức Chúa Trời chúng tôi" (Giê-rê-mi 3:25). Tiên tri Ê-xê-chi-ên còn dạn dĩ hơn nữa mà tuyên bố điều tương tự khi dân Y-sơ-ra-ên không vâng lời đã nhận ra bản chất kinh tởm của tội lỗi nghịch lại Đức Giê-hô-va, chính mắt họ còn trông thấy tất cả sự xấu xa mà tội lỗi đã gây ra (Ê-xê-chi-ên 20:43). Cuối cùng, sứ đồ Phao-lô đã viết cho các tín hữu ở Rô-

---

[1] *Sách bài tập Thần học về Cựu Ước*, R. Laird Harris, Gleason L. Archer, Jr., Bruce K. Waltke (Chicago: Moody, 1980), 2:570.

ma rằng họ vẫn còn hổ thẹn vì những điều đã làm trước khi được cải đạo (Rô-ma 6:21). Những cách nói như thế dường như không còn phù hợp nữa trong thế giới và cộng đồng Tin lành đang tràn lan liệu pháp tự trọng bằng tâm lý học. Tuy nhiên, sự đau buồn, sự xấu hổ và sự ghét bản thân là những lẽ thật theo Kinh Thánh và là một phần thiết yếu của sự ăn năn thật trong cả Tân Ước lẫn Cựu Ước.

Để hiểu rõ sự ăn năn, chúng ta phải xem xét điều nầy từ hai góc nhìn – sự ăn năn để được cứu rỗi lúc cải đạo và sự ăn năn tiếp diễn trong quá trình nên thánh suốt cả đời Cơ Đốc. Vào lúc được cải đạo, Đức Thánh Linh tái sanh tấm lòng của chúng ta, soi sáng tâm trí của chúng ta, và phơi bày tội lỗi và sai trật của chúng ta bằng sự mặc khải về lẽ thật. Kết quả của công tác thiêng liêng nầy là tâm trí của chúng ta được thay đổi và quan điểm của chúng ta về hiện thực xung quanh được biến đổi hoàn toàn – đặc biệt là đối với Đức Chúa Trời, cái tôi, tội lỗi và con đường của sự cứu rỗi. Chúng ta thay đổi từ một người vô tín với ý chí tự quyết trở thành người sống bằng đức tin và đầu phục ý muốn của Đức Chúa Trời. Sau khi được cải đạo, Đức Thánh Linh tiếp tục quá trình ăn năn bằng cách bày tỏ lẽ thật với chúng ta, hầu cho khi chúng ta càng thấy lẽ thật rõ hơn thì chúng ta sẽ càng thấy được đặc tánh của Đức Chúa Trời và bản thân chúng ta trong ánh sáng lớn. Cũng bởi ánh sáng ấy mà tội lỗi của chúng ta bị phơi bày ra và chúng ta bị bắt phục trong sự ăn năn và sự xưng tội. Rất nhiều nhà thần học và diễn giả xưa kia gọi những điều nầy là "Con đường Gô-gô-tha",[2] đây là con

---

[2] Quyển sách *Con đường Gô-gô-tha* của tác giả Roy Hession (Fort Washington, Pa: Christian Literature Crusade, 1990) là một tác phẩm tuyệt vời về đề tài ăn năn theo Kinh Thánh sẽ dẫn đến sự sống, niềm vui và sự nên thánh tuyệt vời hơn.

đường duy nhất để được tự do và vui mừng!

Để hiểu rõ làm thế nào sự ăn năn và sự xưng tội dẫn đến sự sống, chúng ta phải trước hết hiểu rằng tội lỗi là căn bệnh chết người đối với đời sống Cơ Đốc. Tội lỗi sẽ làm nhơ nhuốc,[3] trói buộc,[4] gây khốn khổ và thậm chí giết chết mọi thứ mà nó chạm đến.[5] Nguy hiểm hơn hết, tội lỗi sẽ ngăn trở mối thông công của người tin Chúa với Đức Chúa Trời và sự đắc lực của họ đối với Ngài. Trong khi lẽ thật nói rằng không gì có thể chia rẽ người tin Chúa khỏi tình yêu của Đức Chúa Trời ở trong Đức Chúa Jêsus Christ là Cứu Chúa của chúng ta (Rô-ma 8:39), những cũng đúng là tội lỗi ngăn trở sự thông công của chúng ta với Đức Chúa Trời ở trên đất nầy. Trước giả Thi thiên kêu rằng: "Nếu lòng tôi có chú về tội ác, ắt Chúa chẳng nghe tôi" (Thi thiên 66:18). Tiên tri Ê-sai đã can đảm tuyên bố trước mặt dân Y-sơ-ra-ên cứng cổ rằng: "Nầy, tay Đức Giê-hô-va chẳng trở nên ngắn mà không cứu được; tai Ngài cũng chẳng nặng nề mà không nghe được đâu. Nhưng ấy là sự gian ác các ngươi làm xa cách mình với Đức Chúa Trời; và tội lỗi các ngươi đã che khuất mặt Ngài khỏi các ngươi, đến nỗi Ngài không nghe các ngươi nữa" (Ê-sai 59:1-2).

Chỉ cần thấy một chút về sự nhơ bẩn và chết người của tội lỗi ở trong đời sống của người tin Chúa và ảnh hưởng của nó đối với sự thông công của chúng ta với Đức Chúa Trời cũng đủ

---

[3] "Chúng tôi hết thảy đã trở nên như vật ô uế, mọi việc công bình của chúng tôi như áo nhớp" (Ê-sai 64:6). "Ngươi đã đem sự dâm loạn bậy bạ mà làm dơ nhớp đất nầy" (Giê-rê-mi 3:2).

[4] "Đức Chúa Jêsus đáp rằng: Quả thật, quả thật, ta nói cùng các ngươi, ai phạm tội lỗi là tôi mọi của tội lỗi" (Giăng 8:34). "Anh em há chẳng biết rằng nếu anh em đã nộp mình làm tôi mọi đặng vâng phục kẻ nào, thì là tôi mọi của kẻ mình vâng phục, hoặc của tội lỗi đến sự chết, hoặc của sự vâng phục để được nên công bình hay sao?" (Rô-ma 6:16).

[5] "Đoạn, lòng tư dục cưu mang, sanh ra tội ác; tội ác đã trọn, sanh ra sự chết" (Gia-cơ 1:15).

thôi thúc chúng ta tìm kiếm một giải pháp nhanh chóng và thích hợp ngay lập tức. Điều đó phải khiến chúng ta sẵn sàng áp dụng giải pháp ấy cho bản thân mình hết lần nầy đến lần khác suốt cả đời. Giải pháp đó là sự ăn năn và chỉ hiệu quả nhất khi chúng ta đầy dẫy tâm trí của mình bằng Lời Chúa, thông công với một Hội thánh theo Kinh Thánh tại địa phương, và quyết tâm xử lý triệt để tội lỗi ấy khi bị phơi bày.

Đầu tiên, chúng ta trở nên nhạy bén với tội lỗi của mình và bản thân nhận thấy mình phải ăn năn khi chúng ta đầy dẫy đời sống của mình bằng Lời của Đức Chúa Trời. Đa-vít đã từng nói có một sự liên hệ trực tiếp giữa một tấm lòng đầy dẫy Lời của Đức Chúa Trời và khả năng lánh xa tội lỗi (Thi thiên 119:11). Chúng ta cần phải công nhận tính cần thiết của Lời Chúa trong việc giúp người tin Chúa ngày càng nhạy bén với tội lỗi. Mặc dù sự cáo trách về tội lỗi là công tác của Đức Thánh Linh (Giăng 16:8), gươm hay dao mổ mà Đức Thánh Linh dùng để mổ xẻ tấm lòng là Lời của Đức Chúa Trời. Một lần nữa, chúng ta phải tóm tắt lại những gì đã nói ở trên. Chúng ta càng thấy sự sáng của Đức Chúa Trời thông qua việc học Lời Chúa, thì chúng ta sẽ càng thấy bản thân mình ở trong sự sáng ấy. Khi chúng ta lớn lên ở trong Lời Chúa, tội lỗi đã từng giấu kín bị phơi bày ra và chúng ta học cách nhìn nhận tội lỗi như Đức Chúa Trời đối xử với tội lỗi, căm ghét nó bằng sự thánh khiết, và trừ bỏ nó mà không khoan dung. Công tác của Đức Thánh Linh khi phơi bày tội lỗi giấu kín trong đời sống của chúng ta thường sẽ rất đau đớn, khổ sở và đau lòng, nhưng đó là con đường để lành bịnh. Người nào không biết tế bào ung thư đang tồn tại bên trong họ hẳn là người rất vui trong sự không biết của mình, nhưng đó là sự không biết chết người sẽ dẫn tới cái chết thật. Tuy nhiên, bệnh nhân nào biết tế bào ung thư sẽ khiến mình than khóc một thời gian, nhưng tin lành đã khiến lòng tan vỡ sẽ cứu lấy mạng sống của họ.

Thứ hai, Cơ Đốc nhân trở nên nhạy bén hơn với tội lỗi và nhu cầu cần phải ăn năn của mình khi họ sinh hoạt chung với những người tin Chúa trong một Hội thánh hữu hình tại địa phương. Điều nầy thường bị phớt lờ và thậm chí bị mặc kệ ở trong thế hệ ngày nay. Tuy nhiên, đây là điều cần thiết tuyệt đối. Đức Chúa Trời đã định trước rằng mỗi người tin Chúa phải lớn lên ở trong một bối cảnh có các trưởng lão tin kính, các giáo sư trung tín, và thông công với các thánh đồ. Cựu Ước khẳng định rằng: "Sắt mài nhọn sắt. Cũng vậy người bổ dưỡng diện mạo bạn hữu mình" (Châm ngôn 27:17). Tân Ước có nói rõ hơn thế nữa. Sứ đồ Phao-lô viết rằng một trong những công tác chính của người hầu việc Đấng Christ là "Hãy giảng đạo, cố khuyên, bất luận gặp thời hay không gặp thời, hãy đem lòng rất nhịn nhục mà bẻ trách, nài khuyên, sửa trị, cứ dạy dỗ chẳng thôi" (2 Ti-mô-thê 4:2). Chức vụ nầy không chỉ dành cho những người hầu việc Chúa, mà còn là trách nhiệm của cả hội chúng nữa. Một lần nữa, sứ đồ Phao-lô viết cho Hội thánh ở Cô-lô-se rằng: "Nguyền xin lời của Đấng Christ ở đầy trong lòng anh em, và anh em dư dật mọi sự khôn ngoan. Hãy dùng những ca vịnh, thơ thánh, bài hát thiêng liêng mà dạy và khuyên nhau, vì được đầy ơn Ngài nên hãy hết lòng hát khen Đức Chúa Trời" (Cô-lô-se 3:16). Bởi đó mà trước giả sách Hê-bơ-rơ đúc kết lại rằng: "Hãy cầm giữ sự làm chứng về điều trông cậy chúng ta chẳng chuyển lay, vì Đấng đã hứa cùng chúng ta là thành tín. Ai nấy hãy coi sóc nhau để khuyên giục về lòng yêu thương và việc tốt lành; chớ bỏ sự nhóm lại như mấy kẻ quen làm, nhưng phải khuyên bảo nhau, và hễ anh em thấy ngày ấy hầu gần chừng nào, thì càng phải làm như vậy chừng nấy" (Hê-bơ-rơ 10:23-25).

Nếu chúng ta tin chắc vào sự thần cảm, sự không sai và sự đầy đủ của Kinh Thánh, thì chúng ta không thể lãng phí một giây phút nào với tư tưởng Cơ Đốc nhân sẽ được thoả mãn hay sẽ làm đẹp lòng Chúa mà không cần đến sự trung tín nhóm lại với một Hội thánh theo Kinh Thánh tại địa phương. Trong Hội thánh, chúng ta sẽ được nâng đỡ để tiến bước, được dẫn dắt trên con đường phải đi, được sửa trị khi chúng ta làm sai hay lạc lối, và được kỷ luật khi tấm lòng của chúng ta trở nên cứng cỏi. Nếu điều nầy không được thấy ở trong Hội thánh của chúng ta, thì Hội thánh của chúng ta đơn giản là không theo Kinh Thánh!

Thứ ba, một khi tội lỗi được Đức Thánh Linh phơi bày ra thông qua Lời Chúa, thì nó phải được xử lý thật nghiêm khắc, triệt để mà không được bào chữa hay trì hoãn. Chúa Jêsus đã phán cùng các môn đồ của Ngài rằng: "Nếu con mắt bên hữu xui cho ngươi phạm tội, thì hãy móc mà quăng nó cho xa ngươi đi; vì thà chịu một phần thân thể ngươi phải hư, còn hơn là cả thân thể bị ném vào địa ngục. Lại nếu tay hữu xui cho ngươi phạm tội, thì hãy chặt mà liệng nó cho xa ngươi đi; vì thà chịu một phần thân thể ngươi phải hư, còn hơn là cả thân thể vào địa ngục" (Ma-thi-ơ 5:29-30). Tất nhiên, đây là biện pháp nói quá,[6] nhưng lại truyền đạt rất chính xác và mạnh mẽ cách xử lý tội lỗi một khi đã bị phơi bày – chúng ta phải trừ bỏ nó mà

---

[6] Biện pháp nói quá: Một phát biểu có cường điệu không được hiểu theo nghĩa đen, nhưng lại có ý nhấn mạnh tầm quan trọng của sự thật muốn truyền đạt.

không chần chừ, khoan dung, hay bào chữa. Chúng ta phải thi hành sự phán xét thật nhanh đối với tội lỗi, đâm thủng tâm can nó bằng Lời Chúa và xa lánh nó bằng sự khinh miệt.

Sự xưng tội[7]

Một điều vô cùng quan trọng là phải hiểu sự ăn năn thật không chỉ là đau lòng và xa lánh tội lỗi, mà còn phải công khai thừa nhận rằng quan điểm của Đức Chúa Trời về chúng ta là đúng và phán quyết của Ngài là công bình: *chúng ta đã phạm tội!* Nói cách khác, sự ăn năn theo Kinh Thánh luôn bao gồm sự thừa nhận việc mình đã làm.

Lẽ thật nầy trái với văn hóa ngày nay của chúng ta. Chúng ta là những người tự bào chữa và tự xưng công bình không bao giờ phạm tội, nhưng luôn là nạn nhân của một vài thế lực hiểm ác, không tên, ngoài tầm kiểm soát của chúng ta. Chúng ta tìm thấy hoặc tạo ra những công cụ rất thông minh để quy tội của mình cho một thứ gì đó hoặc ai đó mà không phải là chính mình. Chúng ta chỉ ngón tay tự xưng công bình của mình về phía xã hội, hệ thống giáo dục, cách dạy dỗ, hay hoàn cảnh, rồi thất kinh và nổi giận trước lời đề nghị phải chịu trách nhiệm về tội lỗi đã gây ra. Tuy nhiên, vào lúc được cải đạo, quan điểm nầy của thời đại được thay đổi một cách triệt để. Lần đầu tiên trong đời, chúng ta chỉ ngón tay buộc tội về phía mình và thành thật thừa nhận sự sai trật của mình. Miệng của chúng ta ngậm lại và thấy mình phải giải trình ở trước mặt Đức Chúa Trời

---

[7] Có vài nội dung trong phần nầy được trích từ quyển sách Phúc âm kêu gọi và Cải đạo thật của tác giả Paul Washer (Grand Rapids: Reformation Heritage Books, 2013), trang 1-21.

(Rô-ma 3:19). Chúng ta không bào chữa và không tìm lối thoát nào khác ngoài ơn thương xót của Đức Chúa Trời qua sự chịu chết thay của Đấng Christ.

Sự nhận biết cá nhân về tội lỗi – thái độ chịu trách nhiệm cho việc làm của mình – cũng cần phải có sự minh bạch ở trước mặt Đức Chúa Trời và xưng tội cách chân thành nữa. Từ ngữ "xưng nhận" được dịch từ *"homológeo"* tiếng Hy-lạp, là sự kết hợp của từ *homos* nghĩa là "giống nhau" và từ *logos* nghĩa là "lời nói". Từ nầy có ý là *nói cùng một điều* – xưng nhận là nói đồng ý với Đức Chúa Trời rằng chúng ta đã phạm tội và tội lỗi của chúng ta thật kinh tởm. Khi thành thật xưng tội, thì cũng phải có sự đau buồn, tan vỡ và hối hận. Khi Đức Thánh Linh nhờ Lời Chúa hay sự quở trách từ một ai đó nói rằng chúng ta đã phạm tội, thì chúng ta phải xưng ra những tội lỗi ấy trước mặt Đức Chúa Trời. Thí dụ, nếu chúng ta tự cho mình là trung tâm, thiếu kiên nhẫn và không yêu thương, thì chúng ta nên thừa nhận rằng "Chúa ơi, điều Chúa phán về con là đúng. Con đã tự cho mình là trung tâm, thiếu kiên nhẫn và không yêu thương. Xin Chúa tha thứ cho con vì cớ danh Ngài và sự chuộc tội của Con Ngài".

Hãy để ý ba yếu tố cần thiết của sự xưng tội theo Kinh Thánh. Đầu tiên, người xưng tội không nói rằng: "Nếu con đã phạm tội" hay nói ra tội lỗi cách chung chung, nhưng phải xưng tội thật cụ thể như đã được Đức Thánh Linh chỉ ra theo Lời không sai của Đức Chúa Trời.[8] Thứ hai, sự thành thật xưng tội không được có lời bào chữa, cũng không đổ tội cho người

---

[8] Điều quan trọng cần lưu ý là sự cáo trách của Đức Thánh Linh sẽ luôn nhất quán với giáo lý vững chắc được chép trong Kinh Thánh.

khác, nhưng phải chịu trách nhiệm hoàn toàn về tội lỗi đó hoặc là những tội lỗi đã vi phạm. Thứ ba, hy vọng được tha thứ không dựa vào những việc lành mà người tin Chúa đã làm, nhưng chỉ dựa vào sự chịu chết thay của Đức Chúa Jêsus Christ. Người tin Chúa đã trưởng thành biết rằng cơ sở duy nhất để được Đức Chúa Trời tha thứ là "Đấng Christ chịu chết vì tội chúng ta theo lời Kinh thánh; Ngài đã bị chôn, đến ngày thứ ba, Ngài sống lại, theo lời Kinh thánh" (1 Cô-rinh-tô 15:3-4). Có bốn yếu tố cần thiết để xưng tội không được làm rõ trong lời cầu nguyện ở trên cần phải được làm rõ và nhấn mạnh, không có những yếu tố ấy thì sự ăn năn chỉ là vô dụng và không có nghĩa gì cả. Đây là đức tin. Chúng ta phải tin vào những lời hứa của Đức Chúa Trời về sự tha thứ và sự thanh tẩy thậm chí dành cho những tội lỗi nghiêm trọng nhất của người có lòng đau thương thống hối. Một trong những điều khó hiểu nhất ngay cả đối với người tin Chúa đã trưởng thành đó là sự tha thứ rộng lượng của Đức Chúa Trời. Một khi đã hiểu tường tận thì ân điển của Ngài thật là khó tin – thậm chí là sai! Đó chính là thập tự giá của Cứu Chúa và Đức Chúa Jêsus Christ, Ngài đã chuộc tội để làm thỏa mãn công lý và làm nguôi cơn thịnh nộ của Đức Chúa Trời. Ngoài quan điểm đúng đắn về thập tự giá, chúng ta sẽ kêu lên như sứ đồ Phi-e-rơ trong tội lỗi rằng "xin ra khỏi tôi, vì tôi là người có tội" (Lu-ca 5:8). Nhưng một góc nhìn chân thật về đồi Gô-gô-tha sẽ thuyết phục tấm lòng đã tan vỡ rằng một thác nước đã tuôn đổ vì cớ tội lỗi và sự nhơ nhuốc (Xa-cha-ri 13:1). Chính điều nầy sẽ khuyến khích tấm lòng tan vỡ phải kêu lên rằng: "Ôi xin Chúa tha tội gian ác của dân nầy tùy theo ơn lớn của Chúa" (Dân số ký 14:19).

Chúng ta phải giữ chặt những lời hứa của Đức Chúa Trời bởi vì chúng ta hay nghĩ rằng Chúa thích chúng ta (Thi thiên 50:21), còn sự thương xót, ân điển và sự tha thứ của Ngài có những giới hạn như của chúng ta. Chúng ta phải nhớ rằng "Vì các từng trời cao hơn đất bao nhiêu, thì đường lối ta cao hơn đường lối các ngươi, ý tưởng ta cao hơn ý tưởng các ngươi cũng bấy nhiêu" (Thi thiên 55:9). Chúng ta nghĩ bản thân là một người cao thượng vì chúng ta nói phải tha thứ đến bảy lần, nhưng lại quên rằng ân điển của Đức Chúa Trời vẫn chưa đạt tới mức bảy mươi lần bảy đâu.[9] Chúng ta cũng chưa hiểu và cũng không để bản thân đón nhận sự tha thứ của Đức Chúa Trời vì những lời buộc tội của ma quỷ nghịch cùng chúng ta, hắn còn xuyên tạc đặc tánh của Chúa, hạ thấp quyền phép của thập tự giá, và chối bỏ ân điển vô điều kiện. Nếu ma quỷ không thể làm bớt tính nghiêm trọng của tội lỗi để chúng ta thấy không cần phải ăn năn, thì hắn sẽ phóng đại tội lỗi để khiến chúng ta tin rằng sự ăn năn là cần thiết, nhưng không thể nhận được, và chúng ta đã vượt quá giới hạn của ân điển rồi nên phải sống trong sự vô vọng. Nếu điều nầy không hiệu quả, ma quỷ sẽ tìm cách khiến chúng ta nghi ngờ sự tốt lành của Đức Chúa Trời, rồi thuyết phục chúng ta bỏ Chúa cho đến khi cơn thịnh nộ của Đức Chúa Trời nguôi lại và chúng ta thực sự tan vỡ. Những lời dối trá của ma quỷ có sức mạnh đến nỗi đã đánh gục các thánh đồ mạnh mẽ hơn chúng ta. Lá chắn hay tường thành duy nhất để chống đỡ tên lửa của hắn là bám chặt vào những lời hứa của Đức Chúa Trời. Một nguyên tắc nhỏ trong trận

---

[9] "Phi-e-rơ bèn đến gần Đức Chúa Jêsus mà hỏi rằng: Thưa Chúa, nếu anh em tôi phạm tội cùng tôi, thì sẽ tha cho họ mấy lần? Có phải đến bảy lần chăng? Ngài đáp rằng: Ta không nói cùng ngươi rằng đến bảy lần đâu, nhưng đến bảy mươi lần bảy" (Ma-thi-ơ 18:21-22).

chiến nầy của chúng ta đó là: mặc dù Đức Chúa Trời phơi bày tội lỗi của chúng ta một cách thẳng thắn khủng khiếp và một lời quở trách đau đớn, nhưng Ngài sẽ luôn kết thúc vấn đề bằng sự nâng đỡ hầu cho chúng ta muốn đến cùng Ngài chứ không bỏ Ngài. Bất kỳ tiếng nói nào làm cho người tin Chúa xa lánh Đức Chúa Trời đều là từ xác thịt, thế gian và ma quỷ. Không phải từ Đức Chúa Trời! Kinh Thánh cũng làm chứng rằng Chúa không khinh dể sự đau buồn về tội lỗi:

Của lễ đẹp lòng Đức Chúa Trời, ấy là tâm thần đau thương: Đức Chúa Trời ôi! lòng đau thương thống hối Chúa không khinh dể đâu. (Thi thiên 51:17)

Đấng cao cả, ở nơi đời đời vô cùng, danh Ngài là Thánh, có phán như vầy: Ta ngự trong nơi cao và thánh, với người có lòng ăn năn đau đớn và khiêm nhường, đặng làm tươi tỉnh thần linh của những kẻ khiêm nhường, và làm tươi tỉnh lòng người ăn năn đau đớn. (Ê-sai 57:15)

Nầy là kẻ mà ta đoái đến: tức là kẻ nghèo khó có lòng ăn năn đau đớn, nghe lời nói ta mà run. (Ê-sai 66:2)

Phước cho những kẻ than khóc, vì sẽ được yên ủi! (Ma-thi-ơ 5:4)

Phước cho những kẻ đói khát sự công bình, vì sẽ được no đủ! (Ma-thi-ơ 5:6)

Chính sự nhân từ và sự sẵn lòng tha thứ của Đức Chúa Trời làm cho sự ăn năn thật và sự xưng tội là một công cụ của ân điển và lý do để vui mừng. Đối với người tin Chúa, chúng ta không nên phớt lờ Lời Chúa hay là bịt tai không nghe Đức

Thánh Linh khi tội lỗi bị phơi bày ra ở trong chúng ta. Thay vì thế, chúng ta nên hạ mình, thừa nhận tội lỗi, từ bỏ tội lỗi, và chạy đến trước ngai của Đức Chúa Trời, nhiều cánh cửa được mở toang ra nhờ dòng huyết của Đức Chúa Jêsus Christ. Trước giả Hê-bơ-rơ giải thích và khuyên rằng: "Vì chúng ta không có thầy tế lễ thượng phẩm chẳng có thể cảm thương sự yếu đuối chúng ta, bèn có một thầy tế lễ bị thử thách trong mọi việc cũng như chúng ta, song chẳng phạm tội. Vậy, chúng ta hãy vững lòng đến gần ngôi ơn phước, hầu cho được thương xót và tìm được ơn để giúp chúng ta trong thì giờ có cần dùng" (Hê-bơ-rơ 4:15-16).

Những dấu hiệu của đức tin

Trước khi chúng ta đi sâu hơn, điều quan trọng cần phải lưu ý đó là sự nhạy bén với tội lỗi, sự ăn năn và sự xưng tội không đơn thuần là những dấu hiệu của Cơ Đốc nhân trưởng thành, mà là những dấu hiệu của sự cải đạo thật. Ngay cả những người mới tin Chúa sẽ có khuynh hướng mới đối địch với tội lỗi và sẽ thực hành sự ăn năn và xưng tội. Ngược lại, thiếu sự ăn năn và xưng tội là bằng chứng cho thấy người đó vẫn còn ở trong tình trạng chưa tin. Về vấn đề nầy, sứ đồ Giăng đã viết rằng: "Ví bằng chúng ta nói mình không có tội chi hết, ấy là chính chúng ta lừa dối mình, và lẽ thật không ở trong chúng ta [chúng ta không phải là Cơ Đốc nhân]. Còn nếu chúng ta xưng tội mình, thì Ngài là thành tín công bình để tha tội cho chúng ta, và làm cho chúng ta sạch mọi điều gian ác [chúng ta là Cơ Đốc nhân]. Nhược bằng chúng ta nói mình chẳng từng phạm tội, ấy là chúng ta cho Ngài là kẻ nói dối, lời Ngài không ở trong chúng ta [chúng ta không phải là Cơ Đốc nhân]" (1 Giăng 1:**8**-10).[10]

Một trong những bằng chứng lớn nhất về sự cải đạo thật không phải là hoàn toàn vô tội giống như vài người nghĩ. Thật ra, đó là sự nhạy bén với tội lỗi, biết trừ bỏ tội lỗi, cởi mở xưng tội, và vui mừng khi được tha thứ. Vì lý do nầy, mọi người sẽ thấy những người tin Chúa có sự nghịch lý trong đời sống của họ. Một mặt thì họ được mô tả là "những kẻ than khóc" (Ma-thi-ơ 5:4), nhưng mặt khác họ có biểu hiện "vui mừng lắm một cách không xiết kể và vinh hiển" (1 Phi-e-rơ 1:**8**).

Khi người tin Chúa lớn lên trong sự hiểu biết về đặc tánh và ý muốn của Đức Chúa Trời, họ bắt đầu thấy được tội lỗi và còn phải thay đổi để giống như Đức Chúa Trời. Điều nầy khiến họ càng phải tan vỡ hay đau buồn về tội lỗi nhiều hơn nữa. Như vậy, họ mới đúng là "những kẻ than khóc". Đồng thời, khi họ lớn lên trong sự thông biết Đức Chúa Trời, họ càng thấy rõ sự thương xót và ân điển của Ngài qua cuộc đời và công tác của Đấng Christ. Điều nầy khiến họ càng thêm vui mừng vì được cứu rỗi ở trong Đức Chúa Trời. Như vậy, mỗi năm trôi qua thì sự đau buồn và niềm vui của họ ngày càng thêm lên song song với nhau cho đến khi họ hoàn toàn tan vỡ nhưng lại "vui mừng lắm một cách không xiết kể và vinh hiển". Khi ai đó hỏi làm thế nào sự đau buồn và niềm vui lại đồng thời xảy ra ở trong đời sống của một người, thì họ đáp rằng: "Tôi là một tội nhân đáng chết, nhưng Đấng Christ là Cứu Chúa vĩ đại hơn nhiều". Cũng vậy, hãy lưu ý về sự thay đổi lớn nầy. Niềm vui của họ không còn dựa vào đức tính hay hành vi dễ thay đổi của họ

---

[10] Những câu trong ngoặc là của tôi.

nữa, mà dựa vào thập tự giá của Đấng Christ và ân điển của Đức Chúa Trời được bày tỏ qua sự chịu chết của Ngài.

Niềm vui trong thực tiễn

Sau khi đã biết những lẽ thật quan trọng nầy, chúng ta phải tra xét đời sống của mình và niềm tin Cơ Đốc của mình trong ánh sáng của những lẽ thật đó ngay. Chúng ta có đang lớn lên trong sự thông biết về sự thánh khiết của Đức Chúa Trời và ngày càng trở nên nhạy bén với tội lỗi ở trong đời sống mình chăng? Chúng ta có thấy kinh tởm và khinh miệt tội lỗi không? Chúng ta có đấu tranh chống lại tội lỗi không? Gánh nặng về tội lỗi cùng với sự nhân từ của Đức Chúa Trời có khiến chúng ta ăn năn và xưng tội chăng (Rô-ma 2:24)? Nếu chúng ta trả lời bằng sự khẳng định, thì đó là bằng chứng cho thấy Đức Chúa Trời đã thực hiện công tác cứu rỗi ở trong chúng ta, nhưng vẫn cần phải tiếp tục tăng trưởng và bền đỗ. Chúng ta hãy luôn giữ vững nếp suy nghĩ "hãy xét và thử đường mình, trở về cùng Đức Giê-hô-va" (Ca thương 3:40). Nếu Đức Chúa Trời là vị thần tàn nhẫn và không yêu thương hay đoán phạt mà không thương xót, thì chúng ta có thể làm mọi thứ bằng tất cả khả năng của mình để giấu giếm tội lỗi hay chối bỏ nó. Nhưng Đức Chúa Trời của chúng ta là Đấng "có lòng thương xót, hay làm ơn, chậm nóng giận, và đầy sự nhân từ" (Thi thiên 103:8). Chúa đã sai Con một của Ngài để chuộc tội lỗi của chúng ta từ đầu đến cuối. Kinh Thánh làm chứng rằng Ngài "chẳng lấy sự kẻ dữ chết làm vui, nhưng vui về nó xây bỏ đường lối mình và được sống" (Ê-xê-chi-ên 33:11). Vì thế, chúng ta hãy từ bỏ đường ác và sống. Kinh Thánh luận rằng cơn thịnh nộ là "việc khác thường"[11] của Đức Chúa Trời, nhưng Chúa chờ đợi để làm ơn và được tôn lên để tỏ lòng thương xót (Ê-sai 30:18). Vì những lẽ thật nầy nói về đặc tánh của Đức Chúa Trời, nên chúng ta không nên xem sự ăn năn và sự xưng tội giống như đao phủ sẵn sàng định tội và giết chết chúng ta, mà hãy xem chúng như là sự vùa giúp của Đức Chúa Trời để dẫn chúng ta đến dòng huyết của Đấng Christ sẽ làm cho chúng ta nên trắng như tuyết và được ở trong sự hiện diện của Ngài.

Câu hỏi suy gẫm:

1. Hãy viết ra một định nghĩa theo Kinh Thánh về sự ăn năn. Hãy thêm vào định nghĩa của bạn ý nghĩa của động từ *metanoéo* trong tiếng Hy-lạp và động từ *nacham* trong tiếng Hy-bá-lai.

2. Tội lỗi là căn bệnh nghiêm trọng đối với đời sống Cơ Đốc. Hãy giải thích làm thế nào tội lỗi giấu kín sẽ hủy hoại đời sống của người tin Chúa.

3. Sự ăn năn thật lệ thuộc vào sự hiểu biết của chúng ta về Kinh Thánh như thế nào?

4. Sự ăn năn thật lệ thuộc vào sự thông công của chúng ta với những tín hữu khác trong Hội thánh tại địa phương như thế nào?

5. Cơ Đốc nhân nên đối xử với tội lỗi hay xử lý tội lỗi như thế nào khi bị phơi bày?

---

[11] "Vì Đức Giê-hô-va sẽ dấy lên như ở núi Phê-ra-xim; Ngài nổi giận như tại trũng Ga-ba-ôn, đặng làm việc Ngài, là việc khác thường, và làm công Ngài, là công lạ lùng" (Ê-sai 28:21).

6. Hãy viết ra một định nghĩa về từ ngữ "xưng tội" theo Kinh Thánh. Hãy thêm vào địa nghĩa của bạn ý nghĩa của động từ *homológeo* trong tiếng Hy-lạp.

7. Bốn yếu tố cần thiết của sự xưng tội theo Kinh Thánh là gì?

8. Tại sao lớn lên trong sự thông biết những lời hứa của Đức Chúa Trời về sự tha thứ và giữ chặt những lời hứa đó lại rất quan trọng?

9. Tại sao khi biết mình đã phạm tội lại khiến Cơ Đốc nhân muốn chạy đến cùng Đức Chúa Trời trong niềm hy vọng, chứ không phải lìa bỏ Ngài trong sự sợ hãi?

10. Tại sao ma quỷ tìm cách gieo sự nghi ngờ về sự tha thứ của Đức Chúa Trời trong dân sự của Ngài? Chúng ta có thể làm gì để chống lại hắn?

11. Ý định của Đức Chúa Trời đối với người tin Chúa nào đang tan vỡ vì cớ tội lỗi của mình và tìm kiếm sự tha thứ là gì? Những câu Kinh Thánh quan trọng nhất về vấn đề nầy là gì?

12. Hãy giải thích làm thế nào Cơ Đốc nhân được miêu tả vừa có sự than khóc vừa có sự vui mừng?

13. Hãy giải thích làm thế nào sự ăn năn và sự xưng tội là tặng phẩm của Đức Chúa Trời, một công cụ của ân điển để dẫn chúng ta đến sự phục hội, được bình an và vui mừng.

14. Hãy giải thích lời phát biểu sau đây: "Vì những lẽ thật nầy nói về đặc tánh của Đức Chúa Trời, nên chúng ta không nên xem sự ăn năn và sự xưng tội giống như đao phủ sẵn sàng định tội và giết chết chúng ta, mà hãy xem chúng như là sự vừa

giúp của Đức Chúa Trời để dẫn chúng ta đến dòng huyết của Đấng Christ sẽ làm cho chúng ta nên trắng như tuyết và được ở trong sự hiện diện của Ngài".

5

Hội thánh

Sau khi đã xem xét ngắn gọn Kinh Thánh và sự cầu nguyện là một công cụ của ân điển, chúng ta sẽ chuyển sang nói về Hội thánh, sự thông công và lễ nghi của Hội thánh. Ngay từ đầu, điều cần làm đó là định nghĩa những phạm trù để đảm bảo rằng chúng ta có cùng sự hiểu biết. Trong chương nầy, phạm trù "Hội thánh" được dùng để chỉ về một tập thể gồm những người tin Chúa hữu hình tại địa phương, có sự cam kết với nhau, được chăn dắt bởi những trưởng lão có đủ phẩm chất, được các chấp sự có đủ phẩm chất[1] theo Kinh Thánh phục vụ,[2] trung tín giảng giải Kinh Thánh và cầu nguyện, giữ vững lễ nghi và thực hành sự kỷ luật trong Hội thánh. Một Hội thánh địa phương không đồng nghĩa với một buổi học Kinh Thánh mỗi tuần, một tổ chức *liên hệ phái*, hay là lắng nghe một diễn giả ưa thích ở trên mạng. Sự phân biệt

---

[1] 1 Ti-mô-thê 3:1-7; Tit 1:5-9
[2] 1 Ti-mô-thê 3:8-13

nầy rất quan trọng vì nhiều người tin rằng họ đang làm theo mạng lịnh thông công với nhau không cần câu nệ có vẻ như hữu ích, nhưng không thể thay thế ý định quyết đoán của Đức Chúa Trời về sự thông công ở trong Hội thánh theo Kinh Thánh tại địa phương.

Con đường để Cơ Đốc nhân trưởng thành và hữu ích hơn là rất khó khăn. Tuy nhiên, sự khó khăn trở thành gần như không thể khi chúng ta muốn tăng trưởng và bền đỗ trong đức tin ở ngoài Hội thánh hữu hình tại địa phương và mối liên hệ thật với các trưởng lão là những người đang dạy dỗ, chăn dắt và lãnh đạo mình. Lý do nầy không chỉ hữu ích, mà còn tuyệt đối cấn thiết đến nỗi chúng ta làm nên sự cứu chuộc mình ở tại Hội thánh địa phương có các trưởng lão biết danh tánh và đời sống của mình. Đối với lý do nầy, trước giả sách Hê-bơ-rơ cảnh báo rằng: "Hãy cầm giữ sự làm chứng về điều trông cậy chúng ta chẳng chuyển lay, vì Đấng đã hứa cùng chúng ta là thành tín. Ai nấy hãy coi sóc nhau để khuyên giục về lòng yêu thương và việc tốt lành; chớ bỏ sự nhóm lại như mấy kẻ quen làm, nhưng phải khuyên bảo nhau, và hễ anh em thấy ngày ấy hầu gần chừng nào, thì càng phải làm như vậy chừng nấy" (Hê-bơ-rơ 10:23-25).

Ngày hôm nay, chúng ta nên xót xa vì còn thiếu những Hội thánh theo Kinh Thánh như đã miêu tả ở trên – được chăn dắt bởi những trưởng lão có phẩm chất tốt, được phục vụ bởi các chấp sự có phẩm chất theo Kinh Thánh, chuyên tâm giảng giải Kinh Thánh và cầu nguyện, giữ vững lễ nghi, và thực hành sự kỷ luật trong Hội thánh. Tuy nhiên, chúng ta cũng phải cẩn thận không được đoán xét gay gắt và đòi hỏi một Hội thánh phải nhóm lại thật hoàn hảo trong khi chúng ta vẫn còn là những cá nhân chưa hoàn hảo. Chỉ cần soi mặt trong gương là Kinh Thánh một chút thôi cũng đủ để cho thấy rất nhiều khía cạnh chưa hoàn hảo và một danh sách "cần thay đổi". Vì lý do nầy và nhiều lý do khác nữa, chúng ta phải cẩn thận không nên đòi hỏi từ Hội thánh những gì chúng ta chưa làm được trong đời sống cá nhân của mình. Chúng ta không nên yêu cầu phải có một Hội thánh hoàn hảo, mà hãy tìm kiếm một Hội thánh có các trưởng lão và hội chúng đang tăng trưởng trong sự thông biết những tiêu chuẩn của Đức Chúa Trời và đang phấn đấu để đạt được điều đó.

Những người chăn bầy có đủ phẩm chất của trưởng lão

Một trong những công cụ của ân điển mà Đức Chúa Trời đã ban cho chúng ta đó là những người hầu việc Phúc âm thật trung tín và khiêm nhường có những phẩm chất của một trưởng lão theo Kinh Thánh[3] và chuyên lòng cầu nguyện cũng như giảng dạy Lời Chúa (Công-vụ 6:2,4). Lẽ thật nầy được bày tỏ bằng sự rõ ràng đến kỳ lạ ở trong thư tín của sứ đồ Phao-lô gửi cho Hội thánh ở Ê-phê-sô rằng: "Ấy chính Ngài đã cho người nầy làm sứ đồ, kẻ kia làm tiên tri, người khác làm thầy giảng Tin lành, kẻ khác nữa làm mục sư và giáo sư, để các thánh đồ được trọn vẹn về công việc của chức dịch và sự gây dựng thân thể Đấng Christ, cho đến chừng chúng ta thảy đều hiệp một trong đức tin và trong sự hiểu biết Con Đức Chúa Trời, mà nên bậc thành nhân, được tầm thước vóc giạc trọn vẹn

---

[3] 1 Ti-mô-thê 3:1-7; Tít 1:6-9

của Đấng Christ" (Ê-phê-sô 4:11-13). Phân đoạn nầy cho thấy rõ ràng là Đấng Christ ban những người hầu việc Ngài thật trung tín ở trong Hội thánh để gây dựng chính Hội thánh. Chúng ta có nên phớt lờ hay coi thường những ân tứ đó chăng? Chúng ta có nên bác bỏ tầm quan trọng của họ chăng? Chúng ta có nên cư xử giống như mình không cần đến phương thuốc mà Đấng Christ đã kê ra chăng?

Một người tin Chúa chân thành nhưng lầm được lạc lối có thể trả lời câu hỏi ở trên rằng: "Nhưng làm gì có người hầu việc Chúa nào hội tụ đủ những phẩm chất của một trưởng lão và trung tín với sự kêu gọi như Kinh Thánh đã mô tả". Câu trả lời cho lời phản đối nầy có hai mặt. Thứ nhất, phải nói rằng không hề có người hầu việc Chúa trung tín ở trên đất không hoàn toàn là lời chỉ trích dành cho những người hầu việc Chúa, nhưng là chối bỏ quyền tể trị và quyền phép của Đấng Christ! Đây là Hội thánh của Đấng Christ và chính Ngài là Đấng tiếp trợ và vùa giúp Hội thánh. Đúng là có nhiều kẻ bất tài và tự tôn, nhưng Đấng Christ sẽ luôn "để dành cho ta bảy ngàn người nam chẳng hề quì gối trước mặt Ba-anh" (Rô-ma 11:4; 1 Các-vua 19:18). Thứ hai, chúng ta phải biết rằng thậm chí những người giỏi nhất sẽ không bao giờ hoàn hảo được như Đấng Christ khi họ còn hầu việc Chúa ở trong đời nầy. Vì thế, cho dù chúng ta mong đợi các trưởng lão sẽ có đủ những phẩm chất theo Kinh Thánh ở trong vai trò của mình và họ sẽ phục vụ bằng sự trung tín, thì chúng ta không nên đòi hỏi bất kỳ ai những điều không được chép trong Kinh Thánh. Thậm chí sứ đồ Phao-lô rất vĩ đại đã viết về mình rằng: "Ấy không phải tôi đã giựt giải rồi, hay là đã đến nơi trọn lành rồi đâu, nhưng tôi đương chạy hầu cho giựt được, vì chính tôi đã được Đức Chúa

Jêsus Christ giựt lấy rồi. Hỡi anh em, về phần tôi, tôi không tưởng rằng đã đạt đến mục đích, nhưng tôi cứ làm một điều: quên lửng sự ở đằng sau, mà bươn theo sự ở đằng trước, tôi nhắm mục đích mà chạy, để giựt giải về sự kêu gọi trên trời của Đức Chúa Trời trong Đức Chúa Jêsus Christ" (Phi-líp 3:12-14).

Đó là những lời cảnh tỉnh dành cho tín hữu, bây giờ tôi sẽ đưa ra chỉ dẫn và lời cảnh báo dành cho những người hầu việc Chúa. Tất cả những ai hầu việc Chúa đều được gọi phải trung tín theo Kinh Thánh và tất cả đều bị xét đoán dựa theo Lời Chúa. Chúng ta không được tự ý bước vào chức vụ hay để người khác dẫn chúng ta vào chức vụ trừ khi chúng ta biết mình có đủ phẩm chất đã được đề cập trong Kinh Thánh[4] và một hội chúng trưởng thành có thể khẳng định những phẩm chất ấy thật cụ thể qua tính cách và thói cư xử của chúng ta. Những phẩm chất nầy là bắt buộc hay cần phải "tăng trưởng" sau nầy, nhưng chúng là những yêu cầu nhất quyết phải có. Hơn nữa, chúng ta phải biết các mục sư của chúng ta đã được kêu gọi và bị ràng buộc vào những gì được chép ở trong Kinh Thánh. Chúng ta không có quyền tự viết ra bản mô tả công việc hay kịch bản cho mình. Chúng ta phải hoàn toàn thuận phục những yêu cầu và nghĩa vụ của chức vụ được bày tỏ rõ ràng trong Kinh Thánh và chúng ta được kêu gọi phải run rẩy và hết lòng đầu phục những điều ấy. Chức vụ vừa là một vinh dự vừa phải chịu trách nhiệm nặng nề. Nếu chúng ta là những người hầu việc Đấng Christ, hãy để những lời cảnh báo sau đây chạm tới chỗ sâu thẳm nhất trong tấm lòng và tâm trí của chúng ta,

---

[4] 1 Ti-mô-thê 3:1-7; Tít 1:6-9

thậm chí đến tận xương tủy của chúng ta nữa:

> Nếu có kẻ lấy vàng, bạc, bửu thạch, gỗ, cỏ khô, rơm rạ mà xây trên nền ấy, thì công việc của mỗi người sẽ bày tỏ ra. Ngày đến sẽ tỏ tường công việc đó; nó sẽ trình ra trong lửa, và công việc của mỗi người đáng giá nào, lửa sẽ chỉ ra. Ví bằng công việc của ai xây trên nền được còn lại, thì thợ đó sẽ lãnh phần thưởng mình. Nếu công việc họ bị thiêu hủy, thì mất phần thưởng. Còn về phần người đó, sẽ được cứu, song dường như qua lửa vậy. (1 Cô-rinh-tô 3:12-15)

> Cho nên chúng ta dầu ở trong thân thể nầy, dầu ra khỏi, cũng làm hết sức để được đẹp lòng Chúa. Bởi vì chúng ta thảy đều phải ứng hầu trước tòa án Đấng Christ, hầu cho mỗi người nhận lãnh tùy theo điều thiện hay điều ác mình đã làm lúc còn trong xác thịt. (2 Cô-rinh-tô 5:9-10)

> Hỡi anh em, trong vòng anh em chớ có nhiều người tự lập làm thầy, vì biết như vậy, mình sẽ phải chịu xét đoán càng nghiêm hơn. (Gia-cơ 3:1)

Cho dù một Cơ Đốc nhân tự cho mình trưởng thành như thế nào hay là tin Chúa lâu năm ra sao, họ cần phải ở dưới sự dạy dỗ và chăn dắt của những trưởng lão tin kính và khiêm nhường. Đây không phải là quan điểm riêng của tôi về một vài chiến lược trong chức vụ, nhưng đó là ý định của Đức Chúa Trời dành cho Hội thánh của Ngài. Bạn và tôi không cần những diễn giả biết hùng biện, có tính cách nổi trội, những diễn giả đã từng là người nổi tiếng, những kẻ chuyên quyền thuộc linh, hay là những kẻ tham lam nuôi nắng bầy chiên. Nhưng chúng ta cần những người chăn bầy hiền lành biết hy sinh vì bầy chiên[5] và là những quản gia trung tín biết rõ khẩu phần thích hợp cho dân sự của Đức Chúa Trời.[6]

Sự thông công của các thánh đồ

Một công cụ khác của ân điển trong Hội thánh địa phương đó là sự phục vụ của các thánh đồ. Trong thư tín của sứ đồ Phao-lô gửi cho người Ê-phê-sô đã nói rõ là những người hầu việc Chúa đã không được ban cho Hội thánh để làm hết mọi việc, mà "để các thánh đồ được trang bị cho công tác phục vụ và xây dựng thân thể Đấng Christ" (Ê-phê-sô 4:12). Đức Thánh Linh đã đặc biệt ban ơn cho tín hữu trong Hội thánh địa phương để mỗi người có thể dự phần vào mục vụ trong Hội thánh địa phương ấy. Điều nầy cũng chứng tỏ mỗi tín hữu trong Hội thánh cần cả phần còn lại của thân thể. Không có "kẻ cô độc" nào trong Cơ Đốc giáo trưởng thành theo Kinh Thánh. Thật vậy, Hê-bơ-rơ 10:23-25 (đã trích ở trên) cảnh báo chúng ta không được bỏ qua sự nhóm lại vì chúng ta rất cần tín hữu khác nâng đỡ và khuyến khích ở trong hội chúng. Đây là chủ đề được nói tới xuyên suốt toàn bộ Tân Ước. Dưới đây là một vài câu Kinh Thánh:

> Vả, có các sự ban cho khác nhau, nhưng chỉ có một Đức Thánh Linh. Có các chức vụ khác nhau, nhưng chỉ có một Chúa. Có các việc làm khác nhau, nhưng chỉ có một Đức Chúa Trời, là Đấng làm mọi việc

---

[5] "Ta là người chăn hiền lành; người chăn hiền lành vì chiên mình phó sự sống mình" (Giăng 10:11).
[6] "Chúa đáp rằng: Ai là người quản gia ngay thật khôn ngoan, chủ nhà đặt coi cả người nhà mình, để đến dịp tiện, phát lương phạn cho họ?" (Lu-ca 12:42).

trong mọi người. Đức Thánh Linh tỏ ra trong mỗi một người, cho ai nấy đều được sự ích chung. (1 Cô-rinh-tô 12:4-7)

Mỗi người trong anh em hãy lấy ơn mình đã được mà giúp lẫn nhau, khác nào người quản lý trung tín giữ các thứ ơn của Đức Chúa Trời. (1 Phi-e-rơ 4:10)

Nguyền xin lời của Đấng Christ ở đầy trong lòng anh em, và anh em dư dật mọi sự khôn ngoan. Hãy dùng những ca vịnh, thơ thánh, bài hát thiêng liêng mà dạy và khuyên nhau, vì được đầy ơn Ngài nên hãy hết lòng hát khen Đức Chúa Trời. (Cô-lô-se 3:16)

Kính thưa anh chị em, nhu cầu cần có một thân thể tại địa phương của chúng ta không thể nào bị cường điệu hơn thế nữa. Chúng ta được kêu gọi tại Hội thánh địa phương để phục vụ và được phục vụ để gây dựng cả thân thể. Ngay cả sứ đồ Phao-lô vĩ đại cũng cần đến công cụ lạ lùng nầy của ân điển. Ông đã viết cho Hội thánh tại Rô-ma rằng: "Thật vậy, tôi rất mong mỏi đến thăm anh em, đặng thông đồng sự ban cho thiêng liêng(d) cùng anh em, hầu cho anh em được vững vàng, tức là tôi ở giữa anh em, để chúng ta cùng nhau giục lòng mạnh mẽ bởi đức tin chung của chúng ta, nghĩa là của anh em và của tôi" (Rô-ma 1:11-12).

Những lễ nghi

Trong Hội thánh Tân Ước có hai nghi lễ – đó là lễ báp-tem và lễ tiệc thánh. Xuyên suốt lịch sử, nhiều giới Tin lành đã chọn dùng phạm trù "lễ nghi" thay vì "thánh lễ" nhằm tránh những khả năng ngôn ngữ có thể truyền đạt niềm tin sai trật về việc chúng ta có thể được cứu sau khi làm phép báp-tem hay dự lễ tiệc thánh. Giáo lý về sự tái sinh qua phép báp-tem và niềm tin cho rằng thân thể của Đấng Christ ở trong bánh và rượu là những tín lý sai trật. Lễ tiệc thánh là để tưởng nhớ về sự chết và sự sống lại của Đấng Christ và được thực hiện để nhớ về Ngài, đó là sự công bố, dấu hiệu và dấu ấn cho công tác cứu chuộc Hội thánh của Ngài (1 Cô-rinh-tô 11:23-26). Lễ báp-tem là sự công khai tuyên bố đức tin của một người nơi Đấng Christ và cũng là sự công khai hiệp một của người đó với thân vị của Ngài, Phúc âm của Ngài và dân sự của Ngài. Dù chúng ta phải chối bỏ một xu hướng không đáng kể mà nhiều người tin rằng lễ báp-tem và lễ tiệc thánh là những công cụ của ân điển cứu rỗi, nhưng chúng ta cũng nên thúc đẩy tính quan trọng và hữu ích của hai nghi lễ nầy là những công cụ để được nên thánh trong ân điển giống như việc đọc và rao giảng Kinh Thánh, và cầu nguyện chung với hội chúng. Trong hai nghi lễ nầy, Đấng Christ đều được công bố và cũng được tỏ ra cho dân sự của Ngài. Sau khi Chúa truyền giữ những kỷ luật trong Hội thánh, Đấng Christ đã phán rằng: "Vì nơi nào có hai ba người nhân danh ta nhóm nhau lại, thì ta ở giữa họ" (Ma-thi-ơ 18:20). Nếu lời hứa ấy dành cho Hội thánh mỗi khi nhóm lại để kỷ luật một tín hữu không chịu ăn năn, thì lời hứa ấy sẽ như thế nào nữa khi Hội thánh tại địa phương nhóm lại để làm lễ báp-tem và lễ tiệc thánh.

Tầm quan trọng của lễ báp-tem và lễ tiệc thánh có thể rất khó thổi phòng lên. Tuy nhiên, trong nỗ lực đúng đắn của Hội thánh Tin lành để tránh miêu tả những lễ nghi nầy là công cụ của sự cứu rỗi, thì chúng ta thường miêu tả hai nghi lễ nầy chỉ là nghi thức kém quan trọng và kém giá trị hơn giá trị thực của chúng. Các trưởng lão không nên chỉ dạy quan điểm của Kinh Thánh về hai nghi lễ nầy, mà họ cũng phải truyền đạt cho hội chúng biết về tính đặc biệt quan trọng của chúng và dạy cho người tin Chúa biết chuẩn bị tấm lòng và tâm trí của mình mỗi khi dự lễ.

Sự kỷ luật của Hội thánh

Trong suy nghĩ của nhiều người khi đề cập về sự kỷ luật của Hội thánh thường gợi lên những hình ảnh về chủ trương luật pháp, tự xưng công bình, giả hình, không yêu thương và tàn nhẫn. Thông thường, điều nầy bị bác bỏ vì những phân đoạn Kinh Thánh bị lấy ra khỏi văn cảnh: "Các ngươi đừng đoán xét ai, để mình khỏi bị đoán xét" (Ma-thi-ơ 7:1) hoặc là "Ai trong các ngươi là người vô tội, hãy trước nhứt ném đá vào người" (Giăng 8:7). Những quan niệm tiêu cực và sự bác bỏ nầy có thể vì ba lý do khác nhau – những lần kỷ luật của Hội thánh trong quá khứ không được thực hiện đúng đắn theo Kinh Thánh, phớt lờ Kinh Thánh một cách công khai, hoặc là chống đối Kinh Thánh, cư xử trong xác thịt, và những quan niệm thế tục về ý nghĩa của tình yêu thương thật là gì và cách bày tỏ sự quan tâm đến đời sống thuộc linh của người khác.

Chúng ta không được quên rằng Chúa Jêsus đã truyền lịnh cho các hội chúng tại địa phương thực hành sự kỷ luật thuộc linh (Ma-thi-ơ 18:15-17). Mặc dù sự thực hành kỷ luật trong Hội thánh không theo Kinh Thánh phải bị khiển trách và từ bỏ ngay, nhưng chúng ta không thể quăng em bé vào bồn tắm như vậy được. Mạnh lịnh đến từ Chúa của sự yêu thương là phương cách để bảo vệ, thanh tẩy và dẫn dắt Hội thánh của Ngài để được trưởng thành hơn. Từ chối sự thực hành kỷ luật trong Hội thánh hay là chỉ đón nhận vấn đề nầy về mặt lý thuyết tức là chối bỏ chính Chúa và quyền tể trị của Ngài ở trên Hội thánh. Hơn nữa, hội chúng sẽ gánh chịu hậu quả không kể xiết và sự trưởng thành sẽ bị cản trở.

Để công nhận giá trị của sự kỷ luật trong Hội thánh, chúng ta phải hỏi làm thế nào sự kỷ luật trong Hội thánh thúc đẩy sự trưởng thành thuộc linh trong hội chúng. Đầu tiên, chúng ta phải trước hết hiểu rằng sự kỷ luật trong Hội thánh đã xuất hiện từ rất lâu trước khi có bất kỳ một quyết định dứt phép thông công một tín hữu. Sự kỷ luật trong Hội thánh bắt đầu bằng cách đón nhận những người mới tin Chúa, đảm bảo rằng họ đã hiểu rõ Phúc âm và tin chắc mình đã được cải đạo. Thứ hai, sự kỷ luật trong Hội thánh cũng được bày tỏ qua việc chăm chỉ giảng giải Kinh Thánh và từng tín hữu được các trưởng lão dẫn dắt. Thứ ba, khi một tín hữu sa ngã trong tội lỗi, bước kỷ luật đầu tiên là khuyên dỗ và sửa trị riêng. Nếu không có dấu hiệu của sự ăn năn, thì một hoặc hai Cơ Đốc nhân đã trưởng thành (tốt hơn là các trưởng lão) được mời để dự phần khuyên bảo và phân biện. Cuối cùng, nếu vẫn không chịu ăn năn thì vấn đề phải được trình ra trước Hội thánh (Ma-thi-ơ 18:15-17). Chỉ có kết quả sau cùng nầy thì tín hữu mới bị dứt phép thông công khỏi Hội thánh. Dầu vậy, nếu người đó ăn năn, thì người đó sẽ được tiếp nhận trở lại trong hội chúng bằng tình yêu thương và sự tha thứ.[7]

---

7 Một vài phân đoạn Kinh Thánh quan trọng về sự kỷ luật trong Hội thánh được tìm thấy trong Ma-thi-ơ 18:5-21; 1 Cô-rinh-tô 5:16:11; 2 Cô-rinh-tô 2:1-11; Rô-ma 16:17; Ga-la-ti 6:1; 2 Tê-sa-lô-ni-ca 3:6; Tít 3:10; Giu-đe 22-23.

Để kết luận chương nầy cho phù hợp, chúng ta phải nhắc lại là một tín hữu thật và năng động ở trong một Hội thánh địa phương tuyệt đối là người cần thiết cho sự tăng trưởng thuộc linh của Cơ Đốc nhân. Đức Chúa Trời đã ban cho chúng ta hội chúng tại địa phương và những trưởng lão chăn bầy để vùa giúp chúng ta trên hành trình rất dài và khó khăn. Kinh Thánh cũng cho biết rằng đó là một chặng đường nguy hiểm đến nỗi chúng ta không thể nào đi một mình được. Chúng ta nên đầu phục ý muốn của Đức Chúa Trời và trở thành một tín hữu quan trọng tại Hội thánh địa phương, là nơi có sự đeo đuổi Đấng Christ và mạng lịnh của Ngài được chép trong Kinh Thánh một cách hết lòng.

Câu hỏi suy gẫm:

1. Từ ngữ "Hội thánh" được định nghĩa thế nào trong chương nầy? Tại sao định nghĩa về Hội thánh lại quan trọng đến như vậy?

2. Hãy giải thích lời phát biểu sau: "Chúng ta phải cẩn thận không nên đòi hỏi từ Hội thánh những gì chúng ta chưa làm được trong đời sống cá nhân của mình. Chúng ta không nên yêu cầu phải có một Hội thánh hoàn hảo, mà hãy tìm kiếm một Hội thánh có các trưởng lão và hội chúng đang tăng trưởng trong sự thông biết những tiêu chuẩn của Đức Chúa Trời và đang phấn đấu để đạt được điều đó".

3. Hãy giải th1ich lời phát biểu sau: "Một trong những công cụ của ân điển mà Đức Chúa Trời đã ban cho chúng ta đó là những người hầu việc Phúc âm thật trung tín và khiêm nhường

có những phẩm chất của một trưởng lão theo Kinh Thánh và chuyên lòng cầu nguyện cũng như giảng dạy Lời Chúa".

4. Tại sao công nhận những phẩm chất của một trưởng lão được đề cập trong 1 Ti-mô-thê 3:1-7 và Tít 1:6-9 là bắt buộc hay là mục tiêu cần "đạt đến" sau nầy?

5. Hãy giải thích sự quả quyết sau: "Bạn và tôi không cần những diễn giả biết hùng biện, có tính cách nổi trội, những diễn giả đã từng là người nổi tiếng, những kẻ chuyên quyền thuộc linh, hay là những kẻ tham lam nuôi nấng bầy chiên. Nhưng chúng ta cần những người chăn bầy hiền lành biết hy sinh vì bầy chiên và là những quản gia trung tín biết rõ khẩu phần thích hợp cho dân sự của Đức Chúa Trời".

6. Trong ánh sáng của Ê-phê-sô 4:12 và Cô-lô-se 3:16, hãy giải thích làm thế nào sự thông công của các thánh đồ trong Hội thánh địa phương là một công cụ của ân điển.

7. Hãy giải thích ý nghĩa của lời khẳng định sau: "Không có "kẻ cô độc" nào trong Cơ Đốc giáo trưởng thành theo Kinh Thánh".

8. Hãy giải thích ý nghĩa và mục đích của lễ báp-tem và lễ tiệc thánh. Làm thế nào hai nghi lễ nầy được coi là một công cụ của ân điển?

9. Hãy giải thích lời phát biểu sau: "Dù chúng ta phải chối bỏ một xu hướng không đáng kể mà nhiều người tin rằng lễ báp-tem và lễ tiệc thánh là những công cụ của ân điển cứu rỗi, nhưng chúng ta cũng nên thúc đẩy tính quan trọng và hữu ích của hai nghi lễ nầy là những công cụ để được nên thánh trong ân điển".

10. Ai là tác giả của sự kỷ luật trong Hội thánh? Làm thế nào điều nầy chứng tỏ sự kỷ luật trong Hội thánh là một công cụ của ân điển theo Kinh Thánh mà nhờ đó dân sự của Đức Chúa Trời được bảo vệ, sửa trị và gây dựng? Làm thế nào điều nầy chứng tỏ rằng sự kỷ luật trong Hội thánh theo Kinh Thánh là sự bày tỏ chân thật của tình yêu thương dành cho tín hữu nào không chịu ăn năn và hay phạm tội?

6

Biện minh cho tính rõ ràng

Chúng ta sắp sửa kết thúc quyển sách rất ngắn nầy nói về những công cụ của ân điển để lớn lên trong sự nên thánh là – Kinh Thánh, cầu nguyện, ăn năn và xưng tội, và vai trò của Hội thánh địa phương. Tuy nhiên, trước khi chúng ta đi đến phần kết luận, tôi phải giải quyết sự phản đối thường cho rằng những gì tôi viết ra thật quá đơn giản – tức là những yếu đuối và nan đề của Cơ Đốc nhân rất đa dạng và phức tạp sẽ được chữa lành hay đắc thắng bằng một phương cách vô cùng đơn giản. Tôi chỉ đưa ra ba điều để giải quyết những phản đối nầy.

Thứ nhất, những khó khăn thường gặp trong đời sống Cơ Đốc,[1] dù có phức tạp đến đâu, cũng chỉ ra từ một vài nguồn gốc

---

[1] Tôi muốn làm rõ ở chỗ nầy là tôi đang ám chỉ đến những khó khăn hay cản trở đặc thù cho sự nên thánh thường xuất hiện trong đời sống của tất cả người tin Chúa. Tôi không đang ám chỉ những trường hợp đặc biệt xảy ra cho người nào phải chịu rối loạn tâm lý hoặc cảm xúc tột cùng... Mặc dù họ cũng sẽ nhận được ích lợi từ những công cụ "bình thường" của ân điển, nhưng họ cũng cần được sự chăm sóc chuyên biệt từ y tế, tâm vấn theo Kinh Thánh, . . .

là – xác thịt, thế gian và ma quỷ. Dẫu chúng ta là những tạo vật mới ở trong Đấng Christ và thân phận của chúng ta không còn được quyết định bởi sự ràng buộc trong quá khứ với A-đam nữa (2 Cô-rinh-tô 5:17), nhưng mỗi người tin Chúa vẫn còn dấu vết của loài người sa ngã, hay là xác thịt, thường có dục vọng hay chống trả lại Đức Thánh Linh. Sứ đồ Phao-lô viết cho Hội thánh ở Ga-la-ti rằng: "Vì xác thịt có những điều ưa muốn trái với những điều của Thánh Linh, Thánh Linh có những điều ưa muốn trái với của xác thịt; hai bên trái nhau dường ấy, nên anh em không làm được điều mình muốn làm. Nhưng, ví bằng anh em nhờ Thánh Linh chỉ dẫn, thì chẳng hề ở dưới luật pháp" (Ga-la-ti 5:17-18).

Thật ra, chiến trận lớn nhất của người tin Chúa là với xác thịt, vì thế gian và ma quỷ chỉ có thể lôi kéo, ảnh hưởng và cám dỗ chúng ta nhờ có những dục vọng của xác thịt. Sứ đồ Gia-cơ viết rằng: "Nhưng mỗi người bị cám dỗ khi mắc tư dục xui giục mình" (Gia-cơ 1:14). Như vậy, đắc thắng xác thịt và dục vọng của nó là phải chiến thắng cuộc chiến. Còn chiến trận thuộc linh sẽ chỉ thắng lợi bằng những công cụ của ân điển mà chúng ta đã đề cập là – Kinh Thánh, cầu nguyện và vai trò của Hội thánh địa phương.

Thứ hai, dù tôi đưa ra một giải pháp đơn giản và trang bị cho chúng ta một vài khí dụng để chiến đấu trong cuộc chiến nầy, nhưng Kinh Thánh đã phê chuẩn cho những gì tôi đưa ra. Chúng ta có quyền lựa chọn nếu muốn tìm phương thuốc từ trạm phát thuốc nào đó hoặc là những khí dụng từ kho vũ khí khác. Tuy nhiên, tư tưởng và chiến lược của loài người chỉ là hư ảo và xác thịt cũng chẳng giúp được gì (Giăng 6:63). Chỉ có những vũ khí đã ban cho chúng ta trong Kinh Thánh là "bởi quyền năng của Đức Chúa Trời, có sức mạnh để đạp đổ các đồn lũy: Nhờ khí giới đó chúng tôi đánh đổ các lý luận, mọi sự tự cao nổi lên nghịch cùng sự hiểu biết Đức Chúa Trời, và bắt hết các ý tưởng làm tôi vâng phục Đấng Christ" (2 Cô-rinh-tô 10:4-5).

Thứ ba, tôi thấy người nào nghi ngờ quyền phép đến từ những công cụ của ân điển thường phớt lờ những lợi thế của chúng. Để bớt cực lòng, tôi phải quay lại những câu hỏi đã đưa ra ở trong chương vừa rồi là: Chúng ta đã biết hết những gì Kinh Thánh nói chưa? Chúng ta đã nhờ cậy vào tất cả những lời hứa của Đức Chúa Trời trong sự cầu nguyện chưa? Sự mật thiết của chúng ta với Đức Chúa Cha, Đức Chúa Con và Đức Thánh Linh không thể sâu sắc hơn nữa sao? Hay là chúng ta đã xao lãng hoặc thiếu quan tâm, thậm chí là lười biếng trước những công cụ bình thường mà cần thiết của ân điển chăng? Khi ai đó tỏ ra nghi ngờ về tính hiệu quả từ những công cụ của ân điển mà tôi đã nói, tôi thường hỏi họ có thì giờ với Lời Chúa, cầu nguyện và thông công với những trưởng lão cũng như hội chúng ở trong Hội thánh theo Kinh Thánh tại địa phương không. Hầu hết đều cúi đầu, nhún vai và thừa nhận họ đã phớt lờ những điều đó. Tôi chưa gặp người nào dám nói rằng họ đã tận dụng những công cụ nầy đến kiệt sức mà không thấy hiệu quả gì cả.

Anh chị em ơi, chúng ta hãy cầu nguyện bằng đức tin và kiên trì cho đến khi được phấn hưng, nhưng từ giờ cho tới lúc ấy, chúng ta hãy chuyên lòng tận dụng những công cụ bình thường của ân điển mà nhờ đó được biến hóa giống như Đấng

Christ và trở nên hữu dụng cho Ngài.

Một anh em của chúng ta,
Paul David Washer

Về tác giả

Paul Washer tin Chúa khi còn học Đại học Texas. Sau khi tốt nghiệp, ông đến Peru và làm giáo sĩ tại đó mười năm, trong suốt giai đoạn nầy ông đã thành lập Hội Truyền giáo HeartCry để hỗ trợ nhân sự mở mang Hội thánh của người Peru. Giờ đây, HeartCry hiện đang hỗ trợ các giáo sĩ bản địa khắp châu Phi, châu Á, châu Âu, Trung Đông, Âu Á châu, Bắc Mỹ, và châu Mỹ La-tinh. Paul hiện đang là một trong các nhân sự của Hội Truyền giáo HeartCry. Ông và vợ là Charo có bốn người con:Ian, Evan, Rowan và Bronwyn.

Mục vụ Tiên Phong

Mục vụ Tiên Phong chuyển ngữ và xuất bản tài liệu Cơ Đốc, để rao truyền sự vinh hiển của Đức Chúa Trời, vì sự vui mừng của người Việt, đặc biệt là qua sự chịu khổ, trong Đức Chúa Jêsus Christ.

Tài liệu Cơ Đốc nầy không thể thay thế Lời Chúa và những tài liệu của Hội thánh mà quý con cái Chúa đang nhóm lại hàng tuần. Chúng tôi chỉ mong con cái Chúa sử dụng các tài liệu nầy để bày tỏ Phúc âm của Đức Chúa Jêsus Christ cho gia đình, người thân, bạn bè và cộng đồng xung quanh.

Nếu bạn muốn biết làm thế nào để dâng hiến và tìm hiểu thêm về tài liệu Cơ Đốc của Mục vụ Tiên Phong, xin vui lòng liên hệ chúng tôi bằng thư điện tử info@tienphong.org, hoặc bạn có thể tìm đến trang điện tử www.tienphong.org để mua, tải về và đọc các tài liệu miễn phí của chúng tôi.

Chúng tôi chân thành biết ơn các anh chị em con cái Chúa đã tin tưởng hỗ trợ dự án tài liệu Cơ Đốc cho người Việt của Mục vụ Tiên Phong.

Xin Chúa dẫn dắt,
Mục vụ Tiên Phong